மரண வீடு

மரண வீடு

சத்யஜித் ரே

தமிழில் : வீ.பா. கணேசன்

MARANA VEEDU (In Tamil)
by Satyajit Ray
In Tamil: **V.B.Ganesan**
First Edition: November, 2013
Originally Published under the Title *Hatyapuri* (Bengali) Published by: Sandesh - 1979

Published by

BOOKS FOR CHILDREN
im print of Bharathi Puthakalayam
7, Elango Salai, Teynampet, Chennai - 600 018
Email: thamizhbooks@gmail.com | www.thamizhbooks.com

மரண வீடு

சத்யஜித் ரே

தமிழில் : வீ.பா. கணேசன்
முதல் பதிப்பு: நவம்பர், 2013
வெளியீடு:

புக்ஸ் ஃபார் சில்ரன்
பாரதி புத்தகாலயத்தின் ஓர் அங்கம்
7, இளங்கோசாலை, தேனாம்பேட்டை, சென்னை - 600 018
தொலைபேசி : 044 24332424, 24332924, 24356935

விற்பனை உரிமை

7, இளங்கோ சாலை, தேனாம்பேட்டை, சென்னை - 600 018
விற்பனை நிலையம்
திருவல்லிக்கேணி: 48, தேரடி தெரு
வடபழனி: பேருந்து நிலையம் எதிரில் அடையார் ஆனந்தபவன் மாடியில்
பெரம்பூர்: 52, கூக்ஸ் ரோடு | **ஈரோடு:** 39, ஸ்டேட் பாங்க் சாலை
திண்டுக்கல்: 3சி18, எல்.ஜி.பி. காம்பவுண்ட் | **நாகை:** 1, ஆரியபத்திரபிள்ளை தெரு
திருப்பூர்: 447, அவினாசி சாலை | **திருவாளூர்:** 35, நேதாஜி சாலை
சேலம்: பாலம் 35. அத்வைத ஆஸ்ரமம் சாலை, | **சேலம்:** 15, வித்யாலயா சாலை
மயிலாடுதுறை: ரசாக் டவர், 1/,கச்சேரி சாலை | **மதுரை:** 37A, பெரியார் பேருந்து நிலையம்
அருப்புக்கோட்டை: 31, அகமுடையார் மகால் | **மதுரை:** சர்வோதயா மெயின்ரோடு,
குன்னூர்: N.K.N வணிகவளாகம் பெட்போர்ட் | **சொங்கற்பட்டு:** 1டி, ஜி.எஸ்.டி சாலை
விழுப்புரம்: 26/1, பவானி தெரு | **சிதம்பரம்:** 22A/18B தேரடி கடைத் தெரு, கீழவீதி அருகில்
விருதுநகர்: 131, கச்சேரி சாலை | **கும்பகோணம்:** 352, பச்சையப்பன் தெரு
நெய்வேலி: பேருந்து நிலையம் அருகில் | **வேலூர்:** S.P. Plaza 264, பேஸ் II, சத்துவாச்சாரி
விருதாசலம்: 511A, ஆலடி ரோடு | **தஞ்சாவூர்:** காந்திஜி வணிக வளாகம் காந்திஜி சாலை
தேனி: 12,பி, மீனாட்சி அம்மாள் சந்து, இமால் தெரு | **பழனி:** பேருந்து நிலையம்
கோவை: 77, மசக்காளிபாளையம் ரோடு, பீளமேடு | **திருவண்ணாமலை:** முத்தம்மாள் நகர்
திருச்சி: வெண்மணி இல்லம், களூர் புறவழிச்சாலை | **திருநெல்வேலி:** 25A, ராஜேந்திரநகர்
நாகர்கோவில்: கேவ் தெரு, டோத்தி பள்ளி ஜங்ஷன்

அச்சு : சென்னை மைக்ரோ பிரிண்ட், சென்னை – 29

ஃபெலுடா கதைகள்

சத்யஜித் ரேயின் திரைப்படங்களைப் போலவே அவரது எழுத்துகளும் உலகப் புகழ்பெற்றவை. அவரது கலை மேதைமையை வெளிப்படுத்துபவை. ரேயின் பிரசித்தமான படைப்புகளில் ஒன்று ஃபெலுடா வரிசை கதைகள். இந்தத் துப்பறியும் கதைகளில் வெளிப்படும் அவருடைய எழுத்தின் வேகமும் சீற்றமும் பிரமிப்பூட்டக்கூடியது.

சிறுவயது முதல் துப்பறியும் கதைகள் மீது சத்யஜித் ரேக்கு மிகுந்த ஆர்வம் இருந்து வந்திருக்கிறது. பள்ளிக்கூட நாள்களிலேயே ஷெர்லக் ஹோம்ஸ் கதைகள் முழுவதும் படித்திருக்கிறார். ஒருவகையில் இந்த ஆர்வம்தான் வங்காள இலக்கியத்தின் ஷெர்லக் ஹோம்ஸ் என்று அழைக்கப்பட்ட, ஃபெலுடா கதாபாத்திரம் உருவாவதற்குக் காரணமாக இருந்தது.

ஃபெலுடா கதைகள் அனைத்தும் சத்யஜித் ரே நடத்திய 'சந்தேஷ்' சிறுவர்கள் பத்திரிகையில்தான் முதலில் வெளியானது. ரேயின் அப்பா வழி தாத்தா உபேந்திர கிஷோர் ரேயினால் தொடங்கப்பட்டது 'சந்தேஷ்' பத்திரிகை. அவரது காலத்துக்குப் பிறகு ரேயின் தந்தை சுகுமார் ரே இப்பத்திரிகையை நடத்தினார். ஆனால், பொருளாதார இழப்புகள் காரணமாகத் தொடர்ந்து நடத்த முடியாமல் இடையிலேயே நிறுத்திவிட்டார். சத்யஜித் ரே, மீண்டும் 1961ம் வருடம் 'சந்தேஷ்' பத்திரிகையைத் தொடங்கி, தன் இறுதிக்காலம் வரைக்கும் நடத்தினார். ஃபெலுடா என்ற கதாபாத்திரத்தை உருவாக்கி, 'சந்தேஷில்' தொடர்ந்து துப்பறியும் கதைகள் எழுதினார்.

முதல் ஃபெலுடா கதை 'டார்ஜீலிங்கில் ஓர் அபாயம்' 1965ம் வருடம் வெளியானது. அப்பொழுது, தொடர்ந்து ஃபெலுடா கதைகள் எழுதும் திட்டம் எதுவும் ரேயிடம் இல்லை. ஆனால், 'டார்ஜீலிங்கில் ஓர் அபாயம்' கதைக்கு வங்காள வாசகர்கள் மத்தியில் கிடைத்த உற்சாக வரவேற்பு, அவரை தொடர்ந்து எழுதத் தூண்டியது. ரே, மொத்தம் 35 ஃபெலுடா கதைகள்

எழுதியுள்ளார். இதில் 34 கதைகள் அவரது ஆயுள் காலத்தில் வெளியானது. கடைசிக் கதையான 'மாய உலகின் மர்மம்' ரேயின் மறைவுக்குப் பிறகு 1995ம் வருடம் வெளிவந்தது.

துப்பறியும் நிபுணரான ஃபெலுடாவும், அவரது ஒன்றுவிட்ட சகோதரன் தபேஷும் தான் இக்கதைகளின் பிரதான பாத்திரங்கள். தபேஷ் சொல்வது போல கதைகளை எழுதியுள்ளார் ரே. 'தங்கக் கோட்டை' என்ற கதையிலிருந்து துவங்கி, வங்க மொழியில் ஜனரஞ்சகமான மர்மக்கதை எழுத்தாளராகப் புகழ்பெற்ற 'ஜடாயு' என்ற புனைபெயர் கொண்ட லால்மோகன் கங்குலி என்ற கதாபாத்திரம் இந்த இருவரோடும் இணைந்து கொள்கிறது. அவரது முக்கியமான சிறுவர் திரைப்படங்களான 'ஜோய் பாபா பெலுநாத்', 'சோனார் கெல்லா' ஆகியவை முறையே 'பிள்ளை யாருக்கு பின்னே ஒரு மர்மம்', 'தங்கக் கோட்டை' ஆகிய ஃபெலுடா கதைகளை அடிப்படையாகக் கொண்டு எடுக்கப் பட்டவைதான். ரேயின் மகன் சந்தீப் ரேயும் சில ஃபெலுடா கதைகளைத் திரைப்படமாக எடுத்துள்ளார்.

சிறுவர்களுக்காகவும் இளைஞர்களுக்காகவும்தான் ஃபெலுடா வரிசை கதைகளை சத்யஜித் ரே எழுதினார். என்றாலும், பெரியவர்களும் இக்கதைகளை விரும்பிப் படிக்கிறார்கள். வக்கிர உணர்வுகளைத் தூண்டும் துப்பறியும் கதைகளுக்கு மத்தியில், நாகரிகமான ஃபெலுடா கதைகள், துப்பறியும் கதைகளுக்கு ஓர் இலக்கிய அந்தஸ்தை வழங்குகின்றன.

ஆசிரியர்

சத்யஜித் ரே (மே 2, 1921-ஏப்ரல் 23, 1992) இருபதாம் நூற்றாண்டின் மிக முக்கியமான திரைப்பட இயக்குநர்களில் ஒருவர். ஓவியராக வாழ்க்கையைத் தொடங்கிய ரே, மொத்தம் 37 திரைப்படங்களையும், ஏராளமான ஆவணப்படங்களையும் இயக்கியிருக்கிறார். சத்யஜித் ரேயின் முதல் திரைப்படம், 'பதேர் பாஞ்சாலி' பதினொரு சர்வதேச விருதுகளைப் பெற்றது. 1992ல் ரேவிற்கு வாழ்நாள் சாதனைகளுக்கான ஆஸ்கர் விருது வழங்கப்பட்டது. ரே, ஒரு புகழ்பெற்ற எழுத்தாளரும்கூட. குழந்தைகளுக்காகவும் இளைஞர்களுக்காகவும் நிறைய எழுதி யிருக்கிறார். அவரது பன்முகத் திறமையில் ஒரு சிறு பகுதி இந்த எழுத்துக்களில் பிரதிபலிக்கிறது என்றே கூறலாம்.

மொழிபெயர்ப்பாளர்

வீ. பா. கணேசன் 35 ஆண்டுகளாக மொழிபெயர்ப்புப் பணியில் ஈடுபட்டு வருபவர். ஆங்கிலம், தமிழ் இரு மொழிகளிலும் எழுதுபவர். சத்யஜித் ரேயுடன் நேரடியாகப் பழகியவர். சென்னையில் இருந்த மேற்கு வங்க தகவல் நிலையத்தில் உதவி இயக்குநராக இருந்து விருப்ப ஓய்வுபெற்று, தற்போது 'ஹிந்து' நாளிதழின் இணையதளப்பிரிவில் மூத்த உதவி ஆசிரியராகப் பணிபுரியும் கணேசன், வங்காள மொழி நன்கறிந்தவர்.

துங்ருவின் கதை

காலைப் பனியால் இன்னமும் ஈரமாக இருந்த புல்தரையில் தனது துந்தனாவை கீழே வைத்தான் துங்ரு. பின்பு பாடத் தொடங்கினான். அவனுக்கு நல்ல குரல் வளம். அவன் இப்போது பாடிக் கொண்டிருந்த பாட்டை இதற்கு முன்பு ஒரே ஒரு முறைதான் கேட்டிருக்கிறான். என்றாலும் பெரிய முயற்சி ஏதுமின்றி அதை அவனால் மனதில் இருத்திக் கொள்ள முடிந்தது. ஹானுமார் கோயிலுக்கு வெளியே நின்றிருக்கும் ஒரு பிச்சைக்காரன்தான் இந்தப் பாட்டை வழக்கமாகப் பாடுவான். கையில் இதே போன்ற துந்தனாவை மீட்டிய படியேதான் அவனும் பாடுவான். உள்ளூரில் கீரை விற்கும் ஷியாம் குருங்கிடமும் இதேபோன்ற கருவி இருந்தது. துங்ரு அதை இன்று ஒரே ஒரு நாள் தான் இரவல் வாங்கி வந்தான். என்றாலும் பாடுவதை விட அதை மீட்டுவது இரண்டு மடங்கு கஷ்டமானது என்பதை இப்போது உணர்ந்து விட்டான். ஒரு சில தந்திகளை மட்டுமே கொண்ட இந்த துந்தனாவை மீட்டுவது அவ்வளவு சுலபமல்ல என்று யாருக்குத் தெரியும்?

துங்ருவின் குரல் மேலெழுந்தது. அவனுக்கு முன்னால் இருந்த கம்மங்கொல்லையில் ஓரிரு எருமைகளும் சில ஆடுகளும் சுதந்திரமாக மேய்ந்து கொண்டிருந்தன. கண்ணில் யாருமே தென்படவில்லை. அவனுக்குப் பின்னால் செங்குத்தாக வளர்ந்திருந்த ஒரு மலை. அதற்கு நேர் கீழே துங்ரு இப்போது அமர்ந்திருந்த சின்னஞ்சிறு மண்மேட்டிற்கு சற்று தூரத்தில் தெரிந்த ஓடு வேய்ந்த வீட்டில்தான் அவன் வசிக்கிறான். இந்த கம்மங்கொல்லையும் கூட அவன் தந்தைக்கு சொந்தமானதுதான். காலைப் பனியினூடே மற்ற மலைகளும் பல மலைச் சிகரங்களும்

லேசாக தென்பட்டன. அவற்றில் ஒன்றின் பெயர் மீன்வால். என்பதாகும். அது மீன் வாலைப் போன்ற வடிவத்தில் இருந்ததால்தான் இப்பெயர் வந்தது. அந்த மலையின் சிகரம் இப்போது மெதுவாக செந்நிறமாகத் தொடங்கியது.

துங்ரு அந்தப் பாடலின் இரண்டாவது வரியை பாடத் துவங்கினான். என்றாலும் அதைப் பாதியிலேயே நிறுத்த வேண்டியதாயிற்று. அவனுக்குப் பின்னால் இருந்த மலையிலிருந்து திடீரென்று எழுந்த விசித்திரமான சத்தம்தான் அவனை எழுந்து நிற்கச் செய்து, கொஞ்சம் தள்ளிப் போகச் செய்தது. அடுத்த கணமே மலையிலிருந்து உருண்டோடி வந்த ஒரு பெரிய பாறாங்கல் அவனைத் தாண்டிச் சென்றது. போகிற போக்கில் அவனது துந்தனாவை நசுக்கித் தள்ளியது மட்டுமின்றி, ஒரு சிறு இடைவெளியில் தான் அவனையும் தப்பிக்க வைத்தது.

துங்ருவால் தனது அதிர்ஷ்டத்தை நம்பவே முடியவில்லை. இந்த அதிர்ச்சியிலிருந்து மீண்டு அவனது இதயத் துடிப்பு சீராவதற்கு முன்பாகவே இன்னொரு சம்பவம் நடந்தது. எதிர்பாராத, உருண்டோடி வந்த பாறையை விட மிக மோசமான சம்பவம் அது. என்றாலும் ஓடி வந்த பாறையைப் போலவே அதுவும் மலையிலிருந்து கீழே விழும்போதே அங்கிருந்த வாத மரத்தின் மேல் மோதி பின் கீழே விழுந்தது. அதனோடு கூடவே மோதிய வேகத்தில் பல கிளைகளும் முறிந்து கீழே விழுந்தன. அது என்னவாக இருக்கும்? அவன் வாயைப் பிளந்து கொண்டு, நாக்கு வெளியே தொங்க வெறித்துப் பார்த்தான். அடக்கடவுளே! அது ஒரு மனிதன்! அவனது தலையிலும் முகத்திலும் தாடையிலும் ரத்தம் வடிந்து கொண்டிருந்தது. கீழே விழுந்த வேகத்தில் அவனது ஒரு கால் மடிந்து ஒரு வித்தியாசமான கோணத்தில் தெரிந்தான். இறந்து விட்டானா என்ன? இல்லை. அவன் தலையை அசைப்பதை துங்ரு பார்த்தான். அப்போதுதான் அவனுக்கு அந்த மனிதர்களைப் பற்றிய நினைவு வந்தது. சாலைக்கு அந்தப் பக்கம் இருக்கும் நீரூற்றிற்கு அருகே முகாமிட்டிருந்த ஒரு குழுவினர்தான் அவர்கள். அவர்களது தலைமுடி, தாடி ஆகியவை வித்தியாசமான நிறத்தில் இருப்பதைக் கண்டு துங்ரு அடிக்கடி ஆச்சரியப்படுவது உண்டு. அவனது கிராமத்தில் அவனுக்குத் தெரிந்த யாருக்குமே அதுபோன்ற முடி இருக்கவில்லை. நிச்சயமாக யாருக்குமே தாடி இல்லை என்றும் அவனுக்குத் தெரியும். ஆனால் கீழே கிடந்த இந்த மனிதனுக்கு உதவ முடியுமென்றால் அவர்களால்தான் முடியும். அவர்களுக்கும்

துங்ருவைத் தெரியும். அவனிடமிருந்து அவர்கள் கம்பங்கதிர்களை வாங்கிக் கொண்டு அதற்கு காசு கொடுப்பது வழக்கம். கிட்டத்தட்ட தினமும் இது நடந்து வந்தது.

துங்ரு அவர்கள் இருந்த இடத்தை நோக்கி ஓடத் துவங்கினான்.

துங்ரு ஓடி வருவதைப் பார்த்ததும் அவர்களில் ஒருவன் 'ஏய்! ஜோ சீக்கிரம் வா' என்று சத்தமிட்டான்.

'ஏன்? என்ன ஆயிற்று?'

துங்ரு மூச்சிறைத்தபடி நின்றான்.

அவர்களது மொழியில் அவனால் பேச முடியாது. இன்னும் சொல்லப் போனால் அவனுக்கு மூச்சிறைத்துக் கொண்டிருந்த நிலையில் அவனால் பேசவே முடியாது. எனவே அவன் கண்களை உருட்டி விழித்தபடி நாக்கை வெளியே நீட்டினான். பின்பு மலையை சுட்டிக் காட்டினான். அந்த நபருக்கு இவன் சொல்ல முயன்ற விஷயம் உடனடியாகப் புரிந்துவிட்டது.

'நல்லது. ஜீப். ஜீப்பிற்குப் போ!'

அவர்களிடம் இருந்த ஜீப் வானவில்லின் நிறங்கள் அனைத்தையும் கொண்டதாக இருந்தது. அதுபோன்ற ஒரு வண்டியை அவன் பார்த்ததே இல்லை. அவன் ஓடிப் போய் அதில் ஏறிக் கொண்டான். ஜோ, மார்க், டென்னிஸ், புரூஸ் ஆகியோரும் அவனோடு சேர்ந்து கொண்டார்கள்.

காயமடைந்து தரையில் விழுந்து கிடந்த அந்த மனிதன் இருந்த இடத்திற்கு துங்ரு அவர்களை அழைத்துச் சென்றதுமே அவர்களில் ஒருவன் 'அடக் கடவுளே!' என்று மெதுவாக கூறியதை கேட்க முடிந்தது. அவர்கள் எல்லோருமே அவனை நோக்கி குனிந்தார்கள். மினி சோட்டாவில் மருத்துவப் படிப்பை பாதியிலேயே நிறுத்திவிட்டு வந்திருந்த மார்க் அவனது நாடியைப் பிடித்துப் பார்த்தார். பின்பு அவர்கள் அவனை தூக்கி மிகவும் கவனமாக ஜீப்பில் ஏற்றினார்கள்.

அருகில் உள்ள மருத்துவமனை என்றால் அது காட்மாண்டுவில்தான். அது அங்கிருந்து 33 கி.மீ. தூரத்தில் இருந்தது.

ஒன்று

ஃபெலுடாவின் கைரேகையில் ஏதோ விசேஷமான ஒன்று இருந்தது என்றே தெரிந்தது. ஒருவரது அறிவுக் கூர்மையை தெரிவிப்பதாக அமைந்திருக்கும் புத்திரேகை அவருக்கு மிகவும் நீளமானதாகவும் தெளிவாகவும் இருந்தது. பெலுடாவிற்கு கைரேகையில் நம்பிக்கையில்லை என்றாலும் அவர் அதைப் பற்றியும் படித்திருக்கிறார். இதை முழுமையாக நம்பும் லால்மோகன் பாபு ஒரு நாள் அவரது கையை காட்டுமாறு ஃபெலுடாவை கேட்டார். வேடிக்கையாக சிரித்தபடியே ஃபெலுடா கையை நீட்டினார். அவரது இந்த விளையாட்டை லால்மோகன் பாபு புரிந்து கொள்ளத் தவறினார். புத்தி ரேகையை கவனித்த அவர் 'அற்புதம்! அற்புதம்!' என்று கூறிவிட்டு தனது கையை ஒருமுறை பார்த்துவிட்டு பெருமூச்சு விட்டார். இதைப் பார்த்ததும் எனக்குள் எழுந்த சிரிப்பை அடக்கிக் கொள்ள போராட வேண்டியதாயிற்று.

என் சித்தப்பாக்களில் ஒருவருக்கும்கூட கைரேகை பார்க்கத் தெரியும். ஒருவரது கடந்த காலத்தைப் பற்றி மிகத் தெளிவாகக் கூறுவது மட்டுமின்றி எதிர்காலம் குறித்த அவரது கணிப்புகளும்கூட உண்மையாகவே இருந்ததையும் நான் கேட்டிருக்கிறேன். ஒரு சிலர் ஒருவரது முகத்தை பார்த்ததுமே அவரது எதிர்காலத்தைக் கூறிவிடும் திறன் படைத்தவர்களாக இருக்கிறார்கள் என்றும் எனக்கு சொல்லியிருக்கிறார்கள். என்றாலும் ஒருவரது நெற்றிப் பொட்டில் சுண்டு விரலை மட்டுமே வைத்துக்கொண்டு எதிர்காலத்தில் என்ன நடக்கப் போகிறது. என்று எவர் ஒருவராலும் சொல்ல முடியும் என்று எனக்குத் தெரியாது. நாங்கள் பூரிக்குச் சென்றிருந்த போதுதான் இவ்வாறு செய்ய முடியும் என்பதை பார்த்தேன்.

110 டிகிரி வெப்பத்தில் தொடர்ச்சியாக நிகழ்ந்த மின்சாரத் தடைதான் எங்களை கல்கத்தாவிலிருந்து வெளியே விரட்டியது. மின்சார நெருக்கடி மிக மோசமாக இருந்ததால் ஏப்ரல் மாதத்தில் வெளியாக வேண்டிய லால்மோகன் பாபுவின் புதிய புத்தகம் அச்சிடப்பட முடியாமல் போனது. இது அவருக்கு மிகுந்த எரிச்சலை தந்தது. ஏனென்றால் முதன்முறையாக அமானுஷ்ய சக்தியை உள்ளடக்கியிருந்த ஒரு மர்மக் கதைதான் அது. இன்னும் சொல்வதானால் இந்த யோசனையை அவருக்கு கொடுத்ததே ஃபெலுடாதான். சுழன்று எரியும் மெழுகுவர்த்தி வெளிச்சத்தில் ஆவிகளும் பேய்களும் நல்ல பொருத்தமானதாகவே இருக்கும்! என்றார் அவர். லால்மோகன் பாபுவும் இதை தீவிரமாக எடுத்துக் கொண்டு பிராங்பர்ட்டில் பிராங்கன்ஸ்டைன் என்ற நாவலை எழுதியிருந்தார். திட்டமிட்டபடி இந்த புத்தகம் வெளிவராது என்பது தெரிந்தவுடனே அவர் நேராக எங்கள் வீட்டிற்கு வந்து சொன்னார். 'இந்த நகரத்தில் இனிமேல் வாழ முடியாது. அது போக ஸ்கைலேப் பற்றியும் கேள்விப்பட்டிருப்பீர்கள். இல்லையா?'

ஸ்கைலாப் கல்கத்தாவின் மீது வந்து விழும் என்று நினைப்பதில் எந்த அர்த்தமும் இல்லை. என்றாலும் அதில் ஒரு பெரிய பகுதி வந்துவிழும் என்றே லால்மோகன் பாபு தொடர்ந்து கூறிக் கொண்டிருந்தார். அவரது கூற்றுப்படி கல்கத்தா நகரத்தின் மீது திருஷ்டி பட்டிருக்கிறது.

பொதுவாகவே ஃபெலுடா எந்தவிதமான சூழ்நிலைக்கும் ஒத்துப் போகக் கூடியவர். மிக மோசமான சூழ்நிலைகளிலும் கூட அவர் எந்தவித சலனமும் இன்றி காணப்படுவார். ஏதாவது ஒரு ரயில் நிலையத்தில் இரவு முழுவதையும் கழிக்க வேண்டுமென்றாலும், பயணிகள் காத்திருக்கும் அறையில் தங்க இடமேயில்லை என்றாலும்கூட, பிளாட்பாரத்திலேயே மகிழ்ச்சியுடன் கால்களை நீட்டி படுத்துவிடுவார். ஒரே ஒரு விஷயம் மட்டும்தான் அவரால் இல்லாமல் இருக்க முடியாது. அது அவர் தூங்கப் போவதற்கு முன்னால் சில மணி நேரமாவது படுக்கையில் படுத்துக் கொண்டே படிக்கும் பழக்கமாகும். வாரா வாரம் தொடர்ந்து கொண்டிருந்த இந்த மின்சார தடையின் விளைவாக அவரது இந்த ஒரே ஒரு ஆடம்பர வசதியும்கூட அவருக்கு கிடைக்காமல் போனது. இது அவரை சற்றே கோபப்படச் செய்தது. தன்னை சந்தோஷப்படுத்திக் கொள்வதற்காக அவர் சீட்டுக் கட்டை வைத்து மேஜிக் விளையாட்டுக்கள்,

துணுக்கு கவிதைகள் எழுதுவது போன்ற பலவற்றையும் முயற்சி செய்து பார்த்துவிட்டார். நீண்ட நேரம் இருள் நீடிப்பதென்பது மேலும் அதிகமான குற்றங்களுக்கே வழி வகுக்கும் என்றுதான் நானும் நம்பினேன். என்றாலும் எந்த வழக்கும் விசாரணைக்காக அவரிடம் வந்து சேரவில்லை. சுருக்கமாக சொல்வதானால் அவர் சோர்வடைந்து போனார்.

அதனால்தான் ஒருவேளை அவர் லால்மோகன் பாபுவின் கருத்துக்கு ஒத்துப் போனார் என்றுதான் நினைக்கிறேன்! 'உண்மையில் மகிழ்ச்சிக்கான நகரம் இப்போது நமக்கு நிறையவே துன்பத்தை அளிக்கிறது. இல்லையா? உடல் ரீதியான சங்கடங்களை என்னால் ஏற்றுக் கொள்ள முடியும். என்றாலும் வேலையில் ஏற்படும் தொடர்ச்சியான இடையூறுகள், இரவு நேரத்தில் படிக்கவும் கூட முடியாத நிலை, கொசுத் தொல்லையினால் அமைதியாக சிந்திக்கவும் கூட முடியாத நிலை என்று இவை அனைத்தையும் வைத்துக் கொண்டு வாழ்வது என்பது மிகவும் கஷ்டமானதொரு காரியம்தான்? என்றார் அவர்.

லால்மோகன் பாபு சொன்னார். 'ஒரிஸ்ஸாவில் கூடுதலாக மின்சாரம் இருப்பதாக நான் கேள்விப்பட்டேன்.'

இதைத் தொடர்ந்து எங்களது பேச்சு ஒரிஸ்ஸா, பூரி, அங்குள்ள அழகான கடற்கரை, சமீபத்தில் அங்கே புதிதாக திறக்கப்பட்டுள்ள நீலாச்சல் என்ற ஓட்டல் ஆகியவற்றை சுற்றி வந்தது. இந்த ஓட்டல் லால்மோகன் பாபு குடியிருக்கும் வீட்டு உரிமையாளரின் வகுப்புத் தோழருக்கு சொந்தமானது என்ற தகவலும் வெளிவந்தது.

ஜூன் மாத நடுப் பகுதிக்கு முன்பாக முன்பதிவு கிடைக்காது என்று தெரிய வந்தது. 'கவலைப்படாதீர்கள். நாம் ஜூன் மாதத்தில் போகிறோம்' என்றார் ஃபெலுடா. இறுதியில் ஜூன் 21ஆம் தேதியன்று பூரி எக்ஸ்பிரஸ்ஸில் நாங்கள் கிளம்பினோம். ஒரு நாள் கழித்து லால்மோகன் பாபுவின் டிரைவர் வண்டியை எடுத்துக் கொண்டு அங்கு வருவார் என்றும் முடிவானது. நாங்களும் கூட காரிலேயே போயிருக்கலாம்தான். என்றாலும் இறுதி நேரத்தில் லால் மோகன் பாபுவிற்கு திடீரென்று எழுந்த சந்தேகம்தான் அதை நிறுத்தியது. வழியில் ஒருவேளை புயல் காற்று வீசத் தொடங்கி நாம் எங்காவது தனியாக தவித்து நிற்க வேண்டிய நிலை ஏற்பட்டால் என்ன செய்வது? என்பதுதான் அவரது கேள்வியாக இருந்தது.

என்றாலும் நாங்கள் வேறு சில இடங்களுக்கும் போவது என்று திட்டமிட்டிருந்ததால் எங்களது காரையும் வரவழைப்பது என்பது நல்ல யோசனைதான் என்றும் அவர் ஒப்புக் கொண்டார். எனவேதான் இரண்டு வகையான பயண ஏற்பாடுகள் செய்யப்பட்டன.

நான்கு படுக்கைகள் கொண்ட எங்களது அறைப் பகுதியில் நான்காவதாக ஒரு நபரும் இருந்தார் என்பதைத் தவிர பயணம் எந்தவித சம்பவமும் இன்றிதான் கடந்து சென்றது. அந்த நபர் மட்டும்தான் பயணத்திற்கு உற்சாகமூட்டுபவராக விளங்கினார். முதலில் தங்கத்தினால் ஆனதென தோன்றிய ஒரு பைப்பில் அந்த நபர் சிகரெட்டை பொருத்திக் கொள்வதை நாங்கள் பார்த்தோம். பின்பு அதை பற்ற வைப்பதற்காக தங்க முலாம் பூசப்பட்ட ஒரு லைட்டரை அவர் வெளியே எடுத்தார். (குறைந்தது மூன்றாயிரம் ரூபாயாவது இருக்கும் என்று முணுமுணுத்தார் ஃபெலுடா) அவர் சிகரெட் வைத்திருந்த பெட்டி, அவரது சட்டை பொத்தான்கள், அவரது கண்ணாடியின் பிரேம், கையில் போட்டிருந்த 3 மோதிரங்கள் என்று எல்லாமே தங்கம்தான். மேல் படுக்கையிலிருந்து அவர் கீழே இறங்கும்போது ஒரு கால் லால்மோகன் பாபுவின் தோளில் லேசாக உரசி விட்டது. கொஞ்சம் வருத்தத்துடன் சிரித்தவாறே அவர் மன்னித்துக் கொளளுங்கள் என்று சொன்னபோதுதான் நாங்கள் எல்லோருமே கவனித்தோம். வாயைத் திறந்தபோது அவரது பற்களில் ஒன்று பளிச்சிட்டது. பூரியில் அவர் எங்களோடுதான் இறங்கினார் என்றாலும் தனது பொருட்களை எடுத்துக் கொண்டு கூலியுடன் மறைந்து விட்டார். லால்மோகன் பாபு பெருமூச்சு விட்டார்.

'அந்த ஆளின் பெயர் கூட நமக்குத் தெரியாது. தபேஷ்! ஒரே ஒரு ஆளிடம் இவ்வளவு தங்கம் இருப்பதை நீ எப்போதாவது பார்த்தது உண்டா?' என்று கேட்டார் அவர்.

'லால்மோகன் பாபு! அவரது பெயரைத் தெரிந்துகொள்ள மிக எளிதான வழி ஒன்று உண்டு. ஹவுராவின் முன்பதிவு பட்டியலை நீங்கள் பார்க்கவில்லையா? அந்த ஆளின் பெயர் எம்.எல். ஹிங்கோராணி.' என்றார் ஃபெலுடா.

இரண்டு

நீலாச்சலில் வந்திறங்கி பதிவு செய்து கொண்டதும் அனைத்தையும் ஆமோதிப்பவர் போல் தலையை ஆட்டியபடியே லால்மோகன் பாபு சொன்னார். 'இது ஒரு ஆறு நட்சத்திர ஓட்டல்.'

'அதற்கென ஒரு நீச்சல் குளம் என்பது இல்லாமல் எந்தவொரு ஹோட்டலும் ஐந்து நட்சத்திர அந்தஸ்து பெற்றது என்று எனக் கூறிக் கொள்ள முடியாது. எந்தவொரு ஓட்டலும் அதிகபட்சமாக ஐந்து நட்சத்திர அந்தஸ்தைத்தான் பெற முடியும். லால்மோகன் பாபு! உங்கள் கண்களுக்கு நீச்சல் குளம் ஏதாவது தென்பட்டதா? அல்லது அதோ அங்கிருக்கிறதே அந்த கடல். அது இந்த ஓட்டலுக்கு மட்டுமே சொந்தமான நீச்சல் குளம் என்று கருதுகிறீர்களா? அப்படி என்றால் நீங்கள் சொன்ன நட்சத்திர அந்தஸ்து நியாயமானது என்று கூறலாம்.'

நாங்கள் உணவருந்தச் சென்றோம். அதன்பிறகும் கூட லால்மோகன் பாபு தனது வாதத்தைத் தொடர்ந்தார். 'ஃபெலுடா! உணவு எவ்வளவு அருமையாக இருந்தது. இவர்களது சமையல் பக்குவம் மிகவும் அற்புதமாகத்தான் இருக்கிறது. வாழைக்காயை வைத்து இவ்வளவு அருமையாக கறி செய்ய முடியும் என்று நான் கற்பனை கூட செய்து பார்த்ததில்லை. அதுபோக எல்லாமே எவ்வளவு சுத்தமாக இருக்கின்றன? அந்த அழகான தரை விரிப்புகள், திரைச் சீலைகள். தங்கு தடையில்லாத மின் வசதி... ஏன் ரம்மியமான கடற்காற்றையும் மறந்து விடாதீர்கள். அப்படியிருக்கும் போது இதை ஏன் ஆறு நட்சத்திர அந்தஸ்து பெற்ற ஓட்டல் என்று நான் சொல்லக் கூடாது?'

இதை ஒப்புக் கொண்டது போல் சிரித்தார் ஃபெலுடா. 'ஒரு சில ஆண்டுகளுக்குப் பிறகு இந்த ஓட்டலுக்கு என்னவாகும்

என்று சொல்வது மிகவும் கடினமான காரியம்தான். என்றாலும் இப்போது அந்த ஓட்டல் மிக நல்ல முறையில்தான் பராமரிக்கப்பட்டு வருகிறது.' ஃபெலுடாவும் நானும் ஒரு அறையில் தங்கியிருந்தோம். எங்களுக்கு அடுத்த அறையில் லால்மோகன் பாபு தங்கியிருந்தார். கல்கத்தாவிலிருந்து வந்த வியாபாரி ஒருவரும் அவரோடு தங்கியிருந்தார். ஓட்டலின் மேனேஜர் ஷ்யாம்லால் பாரிக்-ஐ சிறிது நேரம்தான் நாங்கள் சந்திக்க முடிந்தது. மாலை வந்து எங்களை சந்தித்துப் பேசுவதாக அவர் உறுதி கூறியிருந்தார்.

உண்மையில் அந்த ஓட்டல் கடலுக்கு மிக நெருக்கத்தில் இருந்தது. ஓட்டலின் வாயிற்கதவிலிருந்து ஒரே ஒரு நிமிடம் நடந்தால் கடற்கரையை எட்டிவிடலாம். கடந்த முறை எனக்கு ஐந்து வயதாக இருந்தபோது நான் பூரிக்கு வந்திருக்கிறேன். ஃபெலுடாவும் கூட பலமுறை இங்கு வந்திருக்கிறார். ஆனால் வியக்கத்தக்க வகையில் லால்மோகன் பாபு பூரிக்கு வருவது இதுவே முதன்முறை.

கொஞ்சம் எரிச்சலுடன் அவர் கேட்டார். 'இதில் என்ன ஆச்சரியம்? கல்கத்தாவிலேயே பலவற்றை நான் இன்னும் பார்க்கவில்லை. என் வீட்டிலிருந்து வெறும் மூன்று மைல் தூரத்தில் உள்ள புகழ்பெற்ற ஜெயின் கோயிலைக் கூடத்தான் நான் இன்னும் பார்க்கவில்லை என்பதை உங்களால் நம்ப முடிகிறதா? இப்போது கடலுக்கு முன்னால் நின்று கொண்டிருந்த போதுதான் அவருக்கு மிகவும் பிடித்தமான கவிஞரான வைகுந்த மல்லிக் எழுதிய கவிதை ஒன்று திடீரென்று நினைவிற்கு வந்தது. அவர் என்னிடம் சொன்னார். 'தடேஷ்! எனக்கு 12 வயதிருக்கும்போது ஒரு போட்டியில் இந்தக் கவிதையை ஒப்பித்து வெற்றி பெற்றேன். கவனமாக கேள். வசன கவிதை என்றாலும் எவ்வளவு அழகாக இருக்கிறது என்பதை நீயே பார்க்கலாம்.'

ஆர்ப்பரித்து வரும் இந்த அலைகளில்

முடிவற்ற காலத்தின் குரலை கேட்கிறேன்

மணற்பாங்கான இந்த கடற்கரையில்

மிகுந்த ஆர்வத்துடன்

ஒற்றைக் காலில் நிற்கிறேன் நான்.

'ஒரே காலிலா? ஏன் ஒரே காலில் நிற்கவேண்டும்? ஒருவேளை அந்தக் கவிஞர் தன்னை ஒரு கொக்காக உருவகப்படுத்திக் கொள்கிறாரா? என்ன? அப்படித்தான் இருக்க வேண்டும்.

ஏனென்றால் இந்த பலத்த காற்றுக்கு நடுவே கடற்கரை மணலில் ஒருவர் ஒற்றைக் காலில் நிற்பது என்பது மிகவும் கடினம். உங்கள் கவிஞுரைப் பற்றி அப்புறம் பார்க்கலாம். அங்கிருக்கும் மணலை பாருங்கள். அந்த காலடித் தடம் உங்கள் கண்களுக்கு தெரிகிறதா? அதில் குறிப்பிடும் படியாக உங்களுக்கு ஏதாவது தோன்றுகிறதா?

அந்தக் காலடித் தடம் கிழக்கிலிருந்து வந்து மேற்கு நோக்கிச் சென்றது. அந்த காலடித் தடத்திற்கு பக்கத்தில் இருந்த சிறிய அடையாளம் ஒரு கைத்தடியை சுட்டிக் காட்டுவதாக இருந்தது. லால்மோகன் பாபு அவற்றை ஒரு சில நொடிகள் உற்றுப் பார்த்துவிட்டு சொன்னார் : 'காலணிகள் அநேகமாக ஒரு கைத்தடியும் கூட இருக்கலாம். அது மட்டும் தெளிவாகத் தெரிகிறது. ஆனால் அதில் என்ன குறிப்பிடும்படியாக இருக்கிறது?

'தொப்ஷே! நீ என்ன நினைக்கிறாய்?'

'பொதுவாக வலது கையில்தான் கைத்தடியை வைத்திருப்பார்கள். ஆனால் இந்த அடையாளம் இடது பக்கத்தில் இருக்கிறது!'

ஃபெலுடா என் தோளை தட்டிக் கொடுத்தார். 'சபாஷ்! அநேகமாக அந்த நபர் இடது கை பழக்கம் உள்ளவராக இருக்க வேண்டும்.'

அந்தப் பக்கத்தில் அதிகமாக ஆட்கள் எவரும் இல்லை. மூன்று மீனவக் குழந்தைகள் நண்டுகளையும் கிளிஞ்சல்களையும் சேகரிப்பதில் மிகவும் மும்முரமாக இருந்தார்கள். கொஞ்ச தூரத்தில் இன்னும் பல ஓட்டல்கள் இருந்தன. அங்கே இன்னும் அதிகமான சுற்றுலா பயணிகளை பார்க்க முடியும். நாங்கள் அந்தப் பக்கமாக நடக்கத் துவங்கிய போதுதான் யாரோ 'மிஸ்டர் கங்குலி' என்று அழைக்கும் குரல் கேட்டது.

நாங்கள் யாரென்று திரும்பிப் பார்த்த போது அங்கே லால்மோகன் பாபுவின் அறையில் அவரோடு தங்கியிருக்கும் சீனிவாஸ் சோம் தான் குரல் கொடுத்தார் என்று தெரிந்தது. நல்ல குண்டாக, உற்சாகமாக வளைய வந்த அவரை நாங்கள் ஏற்கனவே சந்தித்திருந்தோம். கல்கத்தாவில் அவருக்கு சொந்தமாக ஒரு புடவைக் கடை இருந்தது.

அவர் லால்மோகன் பாபுவை பார்த்துக் கேட்டார் : 'நீங்கள் வரவில்லையா? சரியாக ஆறு மணிக்கு அவர் வரச் சொல்லியிருந்தார்

லால் மோகன் பாபு ஃபெலுடாவை ஒரக் கண்ணால் பார்த்துவிட்டு சற்றே தயக்கத்துடன் சொன்னார் 'ஃபெலு பாபு நான் இதைப் பற்றி உங்களிடம் சொல்லவில்லைதான். ஏனென்றால் உங்களுக்கு இதில் ஆர்வமிருக்காது என்று நினைத்தேன்.'

'எதைச் சொல்லவில்லை என்னிடம்?'

'அதாவது... வந்து... இங்கே வசித்து வரும் ஒருவரைப் பற்றி சோம் என்னிடம் கூறியிருந்தார். அவரிடம் அபாரமானதொரு திறமை இருக்கிறது. அவர் நெற்றியில் ஒரு விரலை வைத்தவுடனேயே எதிர்காலத்தைப் பற்றிக் கூறி விடுவார்.'

'யாருடைய நெற்றியில்?'

'யார் அவரைப் பார்க்கப் போகிறாரோ அவரது நெற்றியில்தான்!'

'அதாவது ஒருவரது எதிர்காலத்தைப் பற்றி எழுதியிருப்பதை அவரால் படித்துவிட முடியும் என்றா கூறுகிறீர்கள்?'

'ஆமாம். அப்படித்தான் கூறுகிறார்கள்.'

'நல்லது. எனது எதிர்காலத்தை படிப்பதை நான் விரும்பவில்லை என்றாலும் நாம் எல்லோருமே போய் அவர் எங்கே வசிக்கிறார் என்று பார்த்துவிட்டு வரலாம்.'

சோம் எங்களுக்கு வழிகாட்டிச் சென்றார். நாங்கள் அவரை பின்தொடர்ந்தோம். கிழக்கு பக்கமாக நடந்து, ஒரு சில மீனவ குடியிருப்புகளையும், சுற்றுலாப் பயணிகள் பலரையும் தாண்டிக் கொண்டு மணல் மேடு ஒன்றின் மேல் ஏறிச் சென்றோம். பின்பு மணலில் ஓரளவிற்கு புதைந்து போயிருந்த யாருமில்லாத ஒரு வீட்டைப் பார்த்தோம். சோம் அதையும் கடந்து சென்றார். அங்கிருந்து ஒரு சில அடி தூரத்தில் இருந்த இன்னொரு வீட்டின் முன்னால் வந்து நின்றார். மூன்று அடுக்குகள் கொண்ட அந்த வீடு நன்கு பராமரிக்கப்பட்ட நிலையில்தான் இருந்தது. அந்த ஜோசியர் கீழ்தளத்தில் இருந்த இரண்டு அறைகளில் தங்கியிருந்தார். வாயில் கதவு மிகப் பெரியதாகத்தான் இருந்தது. அதன் ஒரு பக்கத்தில் 'சாகரிகா என்றும் மறு பக்கத்தில் டி.ஜி. சென் என்றும் எழுதியிருந்தது. அது பழைய மாதிரியான ஒரு வீடுதான். என்றாலும் அதை கட்டியிருந்தவர்கள் நல்ல ரசனையுடன்தான் கட்டியிருந்தார்கள். அங்கே ஒரு தோட்டமும் இருந்தது. வாயில் கதவிலிருந்து தோட்டத்தின் ஒரு பகுதியை காண முடிந்தது.

'இந்த வீட்டின் உரிமையாளர் இரண்டாவது மாடியில் வசிக்கிறார்' என்றார் சோம். 'ஒரு வழியாக வந்து சேர்ந்து விட்டோம். இதுதான் லக்ஷ்மண் பட்டாச்சார்யாவின் அறை.'

அந்த அறைக்கு வெளியே ஒரு வராந்தாவில் சுமார் பத்துக்கும் மேற்பட்டவர்கள் காத்துக் கொண்டிருந்தார்கள். அவர்கள்

அனைவருமே லக்ஷ்மண் பட்டாச்சார்யாவின் வாடிக்கையாளர்கள்தான் என்பதில் எந்தவித சந்தேகமும் இல்லை. லால் மோகன் பாபு 'ஜெய் குரு' என்று சொல்லிக் கொண்டே திரு. சோம் உடன் அறைக்குள் நுழைந்தார். நானும் ஃபெலுடாவும் அந்த இடத்திலிருந்து கிளம்பி வந்துவிட்டோம்.

ஒரு மணி நேரத்திற்கு மிகுந்த உற்சாகத்துடன் லால்மோகன் பாபு எங்கள் அறைக்குள் நுழைந்தவுடன் 'உங்கள் தலையெழுத்து என்னவென்று தெரிந்ததா?' என்று கேட்டார் ஃபெலுடா.

லால்மோகன் பாபு இதற்கு பதிலளித்தார். 'நம்பவே முடியாத, அற்புதமான, முற்றிலும் வித்தியாசமான ஒரு அனுபவம் அது. எனது கடந்த காலத்தைப் பற்றியெல்லாம் கூறினார் அவர். எனக்கு ஏழு வயதில் வந்த கக்குவான் இருமல், பதினெட்டு வயதில்

நடந்த விபத்து, இந்த விபத்தின் விளைவாக எனது கால் மூட்டு கழன்று போனது, எனது முதல் நாவல் வெளியானது, எனது புகழ், ஏன் எனது அடுத்த நூல் எத்தனை பதிப்புகள் வெளிவரும் என்று கூடச் சொன்னார்!'

'அப்படியென்றால் ஸ்கைலேப் பற்றி கேட்கவில்லையா? அது உங்கள் தலையில் விழுமா? விழாதா? என்று கேட்கவில்லையா?'

'ஃபெலு பாபு! நீங்கள் எப்படி வேண்டுமானாலும் கேலி செய்து கொள்ளுங்கள். ஆனால் நீங்கள் அவரை ஒரு முறை பார்க்க வேண்டும் என்றுதான் நான் நினைக்கிறேன். அவருக்கு உங்களைப் பற்றி தெரிந்திருப்பதாகத்தான் தோன்றுகிறது. ஒரு நல்ல நண்பன் கிடைத்ததற்கு நான் அதிர்ஷ்டக்காரனாக இருக்க வேண்டும் என்றுதான் அவர் கூறினார். உங்களைப் பற்றிய அடையாளங்களையும் கூட அவர் சொன்னார்.

'என் தொழிலைப் பற்றி ஏதாவது சொன்னார்?'

'எனது நண்பர் கடுமையாக வேலை செய்பவர், மிகுந்த புத்திசாலி, பல்வேறு விஷயங்கள் குறித்தும் ஆர்வம் கொண்டவர், பிரமாதமான கூர்ந்து ஆராயும் சக்தி படைத்தவர் என்றெல்லாம் சொன்னார். கிட்டத்தட்ட அவை அனைத்தும் உங்களுக்குப் பொருந்துகிறதல்லவா?'

'நான் உள்ளே வரலாமா?' என்று ஒரு குரல் கேட்டது.

நாங்கள் திரும்பிப் பார்த்தால் ஓட்டல் மேனேஜர் ஷ்யாம்லால் பாரிக் கையில் பீடா நிறைந்த பெட்டி ஒன்றை வைத்துக் கொண்டு நின்றிருந்தார். ஃபெலுடா அவரை உள்ளே வருமாறு அழைத்தார். அவர் வந்ததுமே பீடா பெட்டியை திறந்தார். பீடாவின் நறுமணம் அறையெங்கும் பரவியது. 'எடுத்துக் கொள்ளுங்கள்' என்று நீட்டினார். பின் எங்கள் முகத்தை பார்த்து விட்டு சிரித்துக் கொண்டே சொன்னார். 'கவலைப் படாதீர்கள்! இதில் புகையிலை ஏதுமில்லை' நாங்களும் பீடாவை ஆளுக்கொன்றாக எடுத்துக் கொண்டோம். ஃபெலுடா ஒரு சார்மினாரை பற்ற வைத்துக் கொண்டார்.

'மிஸ்டர் பாரிக்! டி.ஜி. சென்னின் முழுப் பெயர் என்னவென்று சொல்ல முடியுமா?'

'நான் கூட இப்போதுதான் அவருடைய வீட்டிற்குப் போய் வந்தேன். ஆனால் எனக்குத் தோன்றவில்லையே இந்தக் கேள்வியை கேட்பதற்கு?' என்று வியப்புடன் கூறினார் லால்மோகன் பாபு.

ஷ்யாம்லால் பாரிக் புன்னகையுடன் கூறினார். 'உண்மை என்னவென்றால் எனக்குக்கூட அவரது முழுப் பெயர் தெரியாது மிஸ்டர் மித்தர்! எல்லோருமே அவரை டி.ஜி. சென் என்றுதான் அழைக்கிறார். ஒரு சிலர் டிஜி பாபு என்றும் அழைக்கிறார்கள்.'

'அவர் அதிகமாக வெளியில் போவதில்லையா?'

'அவர் போவது வழக்கம்தான். கடந்த வருடம் அவர் பூடானுக்கோ அல்லது சிக்கிமிற்கோ அல்லது இதுபோன்ற வேறு ஏதோ ஓர் இடத்திற்கு சென்றிருந்தார். ஆறு மாதங்களுக்கு முன்புதான் திரும்பி வந்தார். அவர் திரும்பி வந்த பிறகு அதிகமாக பார்க்கவே முடிவதில்லை.'

'ஏன் திடீரென்று அவர் வீட்டிற்குள்ளேயே முடங்கிக் கிடக்கிறார் என்று உங்களுக்குத் தெரியுமா?'

ஷ்யாம்லால் பாரிக் தலையை அசைத்தார். 'அந்த வீட்டை அவர்தான் கட்டினாரா?' என்று ஃபெலுடா தனது கேள்வியைத் தொடர்ந்தார்.

'இல்லை. அவரது தந்தைதான் அதைக் கட்டினார். அவரைப் பற்றி நீங்கள் கேள்விப்பட்டிருக்கவும் கூடும். 'சென் வாசனை திரவியங்கள்' என்ற கம்பெனி பற்றி உங்களுக்குத் தெரியுமா?'

'ஆமாம். ஆமாம். ஆனால் அவர்கள் இப்போது வியாபாரம் செய்வதில்லையே! அப்படித்தானே? எஸ்.என். சென்னின் திணற அடிக்கும் வாசனை திரவியங்கள் என்பதுதான் அதன் பெயர். அதைத் தானே நீங்கள் சொல்கிறீர்கள்?'

'ஆமாம். டிஜி அவரது மகன்தான். அவர்களது தொழிலும் கூட நன்றாகத்தான் நடந்து வந்தது. கல்கத்தாவில் அவர்களுக்கு மூன்று வீடுகள் இருக்கின்றன. பூரியிலும் மதுப்பூரிலும் கூட அவர்களுக்கு வீடு உண்டு. என்றாலும் வருத்தப்படும் வகையில் எஸ்.என்.சென் மறைந்த பிறகு யாருக்குமே இந்த வியாபாரத்தில் ஆர்வம் இல்லை. அவருக்கு இரண்டு மகன்கள். டிஜி தான் இளைய மகன் என்று நினைக்கிறேன். எஸ் என் சென் ஒரு உயிலும் எழுதியிருந்தார். தனது சொத்துக்களை சரி சமமாக இரண்டு மகன்களுக்கும் அளித்திருந்தார். டிஜிக்கு அவரது பங்காக இந்த வீடு கிடைத்தது. குடும்பத் தொழிலில் அவருக்கு எந்தவித ஆர்வமும் இருந்ததாகத் தெரியவில்லை. ஒரு நேரத்தில் வேறெங்கோ அவர் வேலையும் செய்திருக்கலாம். இப்போது அதிலிருந்தும் ஓய்வு பெற்று விட்டார். இப்போது அவருக்கிருக்கும் ஒரே ஆர்வம் கலைதான்.'

'கலையா?' ஃபெலுடாவிற்கு திடீரென்று ஏதோ நினைவிற்கு வந்ததுபோல் தோன்றியது. 'புராதன நூல்களையும் ஓலைச் சுவடிகளையும் சேகரித்து வைத்திருக்கும் நபர்தானே அவர்?'

எனது சித்தப்பா சித்துவிடம் கூட ஒரு சில ஓலைச் சுவடிகள் இருந்தன. அவற்றில் சில முன்னூறு ஆண்டுகளுக்கும் முந்தையவை. அச்சகம் தோன்றுவதற்கு முன்னால் எழுதப்பட்ட கையெழுத்துப் பிரதிகள், ஓலைச் சுவடிகள் ஆகியவற்றை பூதி என்று கூறுவார்கள். ஒரு முறை ஃபெலுடா இதைப் பற்றி என்னிடம் விளக்கியிருக்கிறார். நீண்ட நாட்களுக்கு முன்னர் மக்கள் மரப்பட்டைகளில்தான் எழுதி வந்திருக்கிறார்கள். பின்பு அவர்கள் பனைமர ஓலைகளில் எழுதி வந்தனர். கடைசியாகத்தான் காகிதத்தில் எழுதத் துவங்கினார். நமது கலை கலாச்சார பாரம்பரியத்தின் ஒரு பகுதியாகத் தான் இந்த கையெழுத்துப் பிரதிகள் அமைகின்றன என்பதை மக்கள் மறந்தே போய்விட்டார்கள் என்று சித்து சித்தப்பா அடிக்கடி குறைப்பட்டுக் கொள்வதுண்டு.

ஷ்யாம்லால் பாரிக் தலையசைத்து ஆமோதித்தார். 'ஆமாம். இந்தப் பழைய ஓலைச் சுவடிகள்தான் அவரது வாழ்க்கையில் ஒரே ஆசையாக இருக்கிறது. பலரும் குறிப்பாக வெளிநாட்டிலிருந்தும்கூட வந்து அவர் சேகரித்து வைத்திருக்கும் ஓலைச் சுவடிகளை பார்த்து விட்டுப் போகிறார்கள்.'

'அவருக்கு குழந்தை ஏதுமில்லையா?'

'எப்போதாவது அவரது மகனும் மருமகளும் வந்து பார்த்துவிட்டுப் போவதுண்டு. ஆனால் நீண்ட நாட்களாக அவர்களை நான் பார்க்கவேயில்லை. அவர் மூன்று ஆண்டுகளுக்கு முன்புதான் இங்கு வந்து வசிக்கத் துவங்கினார். அவர் மனைவியை இழந்தவரும் கூட. மேல் மாடியில்தான் அவர் வசிக்கிறார். கீழ்த்தளத்தில் ஒரு ஜோசியர் வாடகைக்கு குடியிருக்கிறார். சுற்றுலா சீசனில் முதல் மாடியில் உள்ள அறைகள் சுற்றுலா பயணிகளுக்கு வாடகைக்கு விடப்படுகிறது. இப்போது ஓய்வு பெற்ற நீதிபதி ஒருவரும் அவரது மனைவியும் அங்கே தங்கியிருக்கிறார்கள்.'

'அப்படியா?' என்று கேட்டுக் கொண்டே ஃபெலுடா சிகரெட்டை அணைத்தார்.

பாரிக் கேட்டார். 'அவரை நீங்கள் பார்க்க விரும்புகிறீர்களா? அவர் கொஞ்சம் விசித்திரமான மனிதர். பொதுவாக வெளியாட்களை சந்திக்க அவர் ஒப்புக் கொள்வதில்லை.

என்றாலும் ஓலைச் சுவடிகளில் உங்களுக்கு ஆர்வம் இருந்தது என்றால்...'

ஃபெலுடா அவரை பேசவிடாமல் தடுத்து கூறினார். 'எனக்கு ஆர்வம் இருக்கிறது. என்றாலும் எனக்கு ஆர்வம் இருக்கிறது என்று வெறுமனே கூறுவதால் பயனிருக்காது. இல்லையா? பழைய ஓலைச் சுவடிகளைப் பற்றி நன்கு அறிந்த ஒருவரைச் சந்திப்பிற்கு முன்பாக நான் கொஞ்சம் தயாரிப்பு செய்து கொள்ள வேண்டும்.'

'அதில் ஒன்றும் கஷ்டம் இல்லை. நான் உங்களை சதீஷ் கானுங்கோவின் வீட்டிற்கு அழைத்துச் செல்கிறேன். இங்கிருந்து ஐந்தே நிமிட தூரத்தில்தான் அவர் வீடு இருக்கிறது. அவர் ஒரு ஓய்வு பெற்ற பேராசிரியர். உலகத்தில் அவருக்குத் தெரியாத விஷயங்களே இல்லை என்றே கூறி விடலாம். அவரோடு பேசி வேண்டிய தயாரிப்புகளை செய்து கொள்ளுங்கள்' என்றார் பாரிக்.

மூன்று

அடுத்த நாள் காலை நான் எழுந்திருப்பதற்கு முன்பாகவே, ஃபெலுடா பேராசிரியர் கானுங்கோவிற்கு போன் செய்துவிட்டு அவரது வீட்டிற்கு சென்றிருந்தார். இது எனக்கு மிகுந்த ஆச்சரியத்தை தந்தது. ஏனென்றால் பேராசிரியரை சந்திப்பதில் அவருக்கு அவ்வளவு அவசரமான தேவை இருந்ததாக எனக்குத் தோன்றவில்லை. எனது திட்டம் வேறு விதமாக இருந்தது. காலை நேரத்தை கடலில் குளிப்பதில் செலவிட வேண்டுமென்று நான் நினைத்திருந்தேன். ஃபெலுடாவும் என்னோடு வந்திருக்கக்கூடும். லால்மோகன் பாபுவிடமும் நான் கேட்டேன். ஆனால் அவர் 'இதோ பார் தபேஷ். உன் வயதில் நான் நிறையவே நீச்சல் அடித்திருக்கிறேன். எனது நீச்சல் திறமையை பார்த்தவர்களே பாராட்டியிருக்கிறார்கள். ஆனால் கல்கத்தாவில் இருக்கும் சின்னஞ்சிறிய நீச்சல் குளமல்ல இங்கே இருக்கும் வங்கஎ விரிகுடா! அது உனக்கும் தெரியுமல்லவா? அதுபோக பூரியில் கடல் மிகவும் கொந்தளிப்பாக இருக்கும். கொஞ்சம் அபாயமானதுதான். இதே பம்பாயில் இருக்கும் கடல் என்றால் நான் தங்கியிருக்க மாட்டேன்' என்றார்.

அவர் சொன்னதும் சரிதான். நேற்றிரவு மழை பெய்தது. இன்னமும் கூட மேக மூட்டமாகத்தான் இருக்கிறது. ஒரு விதமான புழுக்கமும் நிலவுகிறது. எனவே ஃபெலுடா திரும்பி வரும் வரை காத்திருப்பது என்று நாங்கள் முடிவு செய்தோம். 'கடற்கரை மணலில் காலாற நடந்து வரலாம்' என்றார் லால்மோகன் பாபு. அதை நானும் ஒப்புக் கொண்டேன். ரொட்டி, முட்டை என்ற காலை சிற்றுண்டியை முடித்துக் கொண்டு நாங்கள் கிளம்பினோம். லால்மோகன் பாபு மிகுந்த

உற்சாகத்துடன்தான் இருந்தார். அநேகமாக லக்ஷ்மண் பட்டாச்சார்யா அவரைப் பற்றி சொன்னதன் விளைவாகக் கூட இருக்கலாம்.

கடற்கரை இப்போது முற்றிலும் காலியாக இருந்தது. இருந்த ஒரு சில படகுகளும் கூட கடலுக்குள் போயிருந்தன. மீனவ சிறுவர்கள் யாருமே கண்ணில் தென்படவில்லை. ஓரிரு காகங்கள் அலைகள் பின்வாங்கிச் செல்லும் போது கடல் நீருக்கருகே சென்று விட்டு, மீண்டும் பறந்து போயின. மீண்டும் அதே போல் நீருக்கருகே வந்து சென்றன.

நாங்கள் தொடர்ந்து நடந்து சென்று கொண்டிருந்தோம். ஒரு சில நிமிடங்களுக்குப் பிறகு லால்மோகன் பாபு திடீரென்று நின்றார். 'சாதாரணமாக கடற்கரையில் சூரிய ஒளியில் மக்கள் ஒரு சிலர் ஓய்வெடுப்பதை நான் கேள்விப்பட்டிருக்கிறேன். ஆனால் மேகத்தின் நிழலிலும் கூட ஓய்வெடுப்பார்களா, என்ன?' என்று கேட்டார் அவர்.

ஏன் அவர் அப்படிச் சொன்னார் என்பதை என்னால் உணர்ந்து கொள்ள முடிந்தது. சுமார் 150 அடி தூரத்தில் கடற்கரை முடிந்து ஒரு சரிவு துவங்கும் இடத்தில் யாரோ ஒருவர் மல்லாந்து படுத்துக் கொண்டிருந்தார். அவருக்கு மறு பக்கத்தில் புதர் ஒன்று இருந்தது. அந்த நபர் மட்டும் கொஞ்சம் இடது புறமாக நகர்ந்து படுத்திருந்தால் அந்த புதரே அவரை மறைத்து விட்டிருக்கும்.

'கொஞ்சம் வித்தியாசமாகத்தான் தோன்றுகிறது இல்லையா?' என்று முணுமுணுத்தார் லால்மோகன் பாபு. நான் ஏதும் பேசாமல் நெருங்கிப் பார்க்க முன்னுக்கு சென்றேன். அந்த ஆள் இங்கே ஏன் படுத்திருக்கிறார்? அது எனக்கு சரியாகத் தோன்றவில்லை.

பத்தடி தூரத்தில் இருந்து பார்க்கும்போது கூட அந்த ஆள் தூங்கி கொண்டிருப்பது போல்தான் தோன்றியது. இன்னும் ஒரு சில அடிகள் முன்னால் வைத்து நாங்கள் சென்ற பிறகுதான் அந்த நபர் இறந்து கிடக்கிறார் என்று தெரிந்தது. அவரது கண்கள் விரியத் திறந்து கிடக்கிறார் என்ற அதிர்ச்சி எங்களுக்குள் ஏற்பட்டது. தலையைச் சுற்றிலும் ரத்தம் குட்டையாக தேங்கியிருந்தது. அல்லது ஒரு சில மணி நேரங்களுக்கு முன்னால் குட்டையாக இருந்திருக்கலாம். ஏனென்றால் இப்போது மணலில் கருந்திட்டுதான் தென்பட்டது.

அந்த மனிதன் சுருள் முடியும், அடர்த்தியான புருவமும், தடித்த மீசையும் நல்ல நிறமாக இருந்தார். பழுப்பு நிற பருத்தி மேலாடையும், நீல நிறத்தில் கோடு போட்ட சட்டையும், வெள்ளை நிற கால்சட்டையும் அணிந்திருந்தார். காலில் ஷூ இருந்தபோதிலும் காலுறை காணவில்லை. அவரது சுண்டுவிரலில் நீல நிற கல் பதித்த மோதிரம் இருந்தது. நகங்கள் நீளமாக, அசுத்தமாக காணப்பட்டன. அவரது மேல் சட்டை பாக்கெட்டில் காகிதங்கள் கத்தையாக இருந்தன. என்றாலும் லால்மோகன் பாபு சொன்னார். 'எதையும் தொடாதே!' அவர் இதை என்னிடம் சொல்லியிருக்க வேண்யதில்லை. ஏனென்றால் இது போன்ற சமயங்களில் ஒருவர் என்ன செய்ய வேண்டும் என்ன செய்யக்கூடாது என்று என் அனுபவத்திலேயே அறிந்திருக்கிறேன்.

நாம்தான் இதை… முதலில் கண்டுபிடித்திருக்கிறோம் என்று நினைக்கிறேன் என்று லால்மோகன் பாபு சொன்னார். எந்தவித பதட்டமும் இல்லாதது போன்ற ஒரு தோற்றத்தை தனது குரலில் கொண்டு வர அவர் அரும்பாடுபட்டார் என்பது நன்றாகவே தெரிந்தது. என்றாலும் இதைச் சொல்லும்போது அவர் நாக்கு உலர்ந்து போயிருந்தது என்பதை என்னால் உணர முடிந்தது. 'ஆமாம்! நானும் கூட அப்படித்தான் நினைக்கிறேன். எப்படி இருந்தாலும் நாம் இதைப் பற்றி தகவல் தெரிவிக்க வேண்டும்' என்று கொஞ்சம் நடுக்கத்துடனேயே நான் பதிலளித்தேன்.

'ஆமாம் ஆமாம் அப்படித்தான் செய்ய வேண்டும்'

நாங்கள் வேகவேகமாக ஓட்டலுக்குத் திரும்பினோம். அதற்குள் ஃபெலுடா திரும்பியிருந்தார் என்பதையும் கண்டோம்.

லால்மோகன் பாபுவை பார்த்தவுடறே ஃபெலுடா சொன்னார். உள்ளே வருவதற்கு முன்னால் உங்கள் கால்களை நன்றாகத் துடைத்துக் கொண்டு வரவும் கூட மறந்து விட்ட நிலையில் தரை முழுதும் நூற்றுக்கணக்கான கிராம் மணலை பரப்பியிருக்கும் நிலையில் நீங்கள் எது குறித்தோ பெரிதும் கவலைப்படுகிறீர்கள் என்றுதான் நான் உணர்ந்து கொள்ள வேண்டியிருக்கிறது. நாங்கள் பார்த்ததை விஸ்தாரமாக லால்மோகன் பாபு விவரிப்பதற்கு வாய்ப்பு கிடைக்கும் முன்னாலேயே நான் வேகமாக பேசினேன். ஃபெலுடா நான் கூறுவதை அமைதியாகக் கேட்டுக் கொண்டார். பின்பு போலீஸுக்கு போன் செய்து நடந்தது என்ன என்பதை ரத்தினச் சுருக்கமாக அவர்களிடம் விவரித்தார். பின்பு அவர் என்னை நோக்கித் திரும்பியவாறே கேட்டார். 'அந்த

உடலுக்கு அருகே ஆயுதம் ஏதாவது நீ பார்த்தாயா? துப்பாக்கி அல்லது வேறு ஏதாவது?'

'இல்லை ஃபெலுடா.'

என்றாலும் இறந்து கிடந்த அந்த ஆள் நிச்சயமாக வங்காளி இல்லை என்று மட்டும் என்னால் உறுதியாகக் கூறுடியும் என்று உறுதியான குரலில் கூறினார் லால் மோகன் பாபு.

'ஏன் அப்படிச் சொல்கிறீர்கள்?'

'அந்த புருவங்கள் இரண்டும் ஒன்றோடொன்று இணைந்திருந்தது. வங்காளிகளுக்கு அவ்வாறு இருக்காது. அதே போல் இந்த மனிதனைப் போல் உறுதியான தாடையும் இருக்காது. அந்த ஆள் பந்தல் கண்ட்லிருந்து வந்தவர் என்றாலும் நான் ஆச்சரியப்பட மாட்டேன்.'

இதற்கிடையே ஃபெலுடா டிஜி சென்னை சந்திப்பதற்கான நேரத்தை இறுதிப்படுத்தினார். அவரது செயலளார் சரியாக 8.30 மணிக்கு வரும்படியும் மிஸ்டர் சென்னின் நேரத்தில் 15 நிமிடங்களுக்கு மேல் எடுத்துக் கொள்ளக்கூடாது என்றும் கூறினார். நாங்கள் உடனடியாகக் கிளம்பினோம் என்றே சொல்ல வேண்டும்.

நாங்கள் சென் வீட்டிற்குப் போகும் வழியில் அந்த உடலுக்கு அருகே ஒரு சிறிய கும்பல் நின்று கொண்டிருந்ததைப் பார்த்தோம். இது போன்ற செய்தி பரவுவதற்கு நீண்ட நேரம் ஆகாது. வித்தியாசமான ஒரு சம்பவம் இது என்பதில் எந்தவித சந்தேகமும் இல்லை. ஏற்கனவே போலீஸ் அங்கே வந்து சேர்ந்திருந்தது. அங்கிருந்த அதிகாரிகளில் ஒருவர் ஃபெலுடாவை கண்டதும் ஒரு கையை நீட்டியபடியே முன்னே வந்தார்.

நீட்டிய அவரது கையை குலுக்கிய படியே ஃபெலுடா வியப்புடன் கூறினார். 'இன்ஸ்பெக்டர் மஹாபாத்ரா! ரூர்கேலாவில் ஒரு வழக்கில் நாம் சந்திக்கிறோம். இல்லையா?'

'ஆமாம் உங்களை பார்த்ததுமே கண்டுபிடித்துவிட்டேன். இங்கே ஓய்வெடுக்க வந்தீர்களா?'

'ஆமாம். அதுதான் எங்களது நோக்கம். இறந்து போனது யார்?'

'இந்தப் பகுதியைச் சேர்ந்தவரல்ல. அவரது பெயர் ரூப்சந்த் சிங்.'

'அதை எப்படிக் கண்டுபிடித்தீர்கள்?'

'ஒரு டிரைவிங் லைசன்ஸ் இருந்தது. அதிலிருந்துதான் தெரிந்து கொண்டோம்.'

'எங்கிருந்து'

'நேபாளம்.'

கண்ணாடி அணிந்திருந்த ஒருவர் கூட்டத்தை விலக்கி, போலீஸ் போட்டோகிராபரை ஒரு பக்கமாக விலக்கி விட்டு முன்னே வந்து சொன்னார். 'இந்த நபரை நான் நேற்று பார்த்தேன். ஸ்வர்கத்வார் சாலையில் ஒரு டீக்கடையில்தான் அவர் நின்று கொண்டிருந்தார். பக்கத்து கடையில் நான் பீடா வாங்கிக் கொண்டிருந்தேன். அவர் என்னிடம் தீப்பெட்டி கேட்டு வாங்கி சிகரெட்டை பற்ற வைத்துக் கொண்டார்.'

'அவர் எப்படி இறந்தார்?' என்று ஃபெலுடா மகாபாத்ராவை கேட்டார்.

'சுட்டதால் இறந்திருக்கிறார் என்றுதான் நினைக்கிறேன். என்றாலும் கொலைக்கான ஆயுதம் இன்னமும் கண்டுபிடிக்கப்படவில்லை. இது டிரைவிங் லைசன்ஸோடு சேர்ந்து இருந்தது. நீங்கள் ஒரு முறை பார்க்க விரும்புவீர்கள் என்று நினைக்கிறேன்.' அவர் ஃபெலுடாவிடம் ஒரு விசிட்டிங் கார்டை கொடுத்தார். அந்த கார்டின் ஒரு புறத்தில் காத்மாண்டுவில் இருக்கும் ஒரு தையல் கடையின் பெயரும் முகவரியும் அச்சிடப்பட்டிருந்தது. அதன் பின்பக்கத்தில் கிறுக்கலான கையெழுத்தில் ஏ.கே. சர்க்கார், 14, மெஹர் அலி ரோடு கல்கத்தா என்று எழுதியிருந்தது.

'ஏதாவது கவனத்திற்குரிய விஷயம் கண்ணில் பட்டால் எனக்குத் தெரிவியுங்கள். நாங்கள் நீலாச்சலில் தங்கியிருக்கிறோம்' என்று கூறினார் ஃபெலுடா.

நாங்கள் தொடர்ந்து நடந்து டி.ஜி. சென்னின் வீட்டை அடைந்தோம். நேற்று மாலை அந்த வீடு மிகவும் பிரம்மாண்டமாக, கவர்ந்திழுப்பதாக தோன்றியது. ஆனால் இப்போதோ மேகமுட்டத்தின் நிழலில் இருளடைந்து அணுகுவோரை தடை செய்யும் விதமாகத் தோன்றியது.

முன்வாயிலுக்கு வெளியே ஒரு இளைஞன் நின்று கொண்டிருந்தான். அநேகமாக அவன் ஒரு வேலையாளாகத்தான் இருக்க வேண்டும். நாங்கள் வருவதைப் பார்த்ததும் அவன் சற்றே முன்னால் வந்து 'மிஸ்டர் பாபு?' என்று கேட்டான்.

'நான்தான் மித்தர் பாபு என்று பதிலளித்தார் ஃபெலுடா.

'என்னோடு வாருங்கள்.'

கூழாங்கற்கள் பதிக்கப்பட்ட பாதை ஒன்று தோட்டத்தை நோக்கிச் சென்றது. என்றாலும் இரண்டாம் மாடிக்குப் போக வீட்டின் பின்பக்கத்தில் தனி வழி ஒன்று இருந்தது. மாடிக்குப் போகும் வழியில் ஒரு சில அடிகள் எடுத்து வைத்ததுமே லால் மோகன் பாபு அதிர்ச்சியுடன் பின்னால் சாய்ந்தார். ஒரு நீண்ட சுருள் சுருளான காகிதம் சுவர் கண்ணில் பட்ட துதான் அவரது அதிர்ச்சிக்கு காரணம். 'அது ஒரு பாம்பாக இருக்கும் என்று நினைத்து விட்டேன்' என்று அதிர்ச்சியுடன் கூறினார் அவர்.

மாடிப் படிக்கட்டிற்கு அருகில் அந்த வேலையாள் எங்களை விட்டுவிட்டு நகர்ந்து விட்டார். இன்னொருவர் படிகளில் இறங்கி வருவதைப் பார்த்தோம். புன்னகையுடன் அவர் சொன்னார். 'மிஸ்டர் மித்தர் இப்படி வாருங்கள்!' சுமார் 35 வயதிருக்கும். தலையின் முன்பகுதியில் இருந்த முடி லேசாக மறையத் தொடங்கியிருந்தது.

மேலே ஏறிக் கொண்டே அவர் சொன்னார். 'என்பெயர் நிஷித் போஸ். நான் துர்கா பாபுவின் செயலாளராக வேலை செய்கிறேன்.'

'துர்கா பாபுவா?'

'துர்கா காதி சென். எல்லோரும் அவரை டிஜி சென் என்றுதான் அழைக்கிறார்கள்.'

படிக்கட்டு முடிவடைந்த இடத்தில் வலது புறத்தில் ஓர் அறை இருந்தது. அநேகமாக அது செயலாளரின் அறையாக இருக்கலாம். ஏனென்றால் அங்கே ஒரு சிறிய மேஜையின் மேல் டைப்ரைட்டர் ஒன்று இருந்தது கண்ணில்பட்டது. வலது புறத்தில் ஒரு சிறிய வராந்தாவும் மேலும் இரண்டு அறைகளும் இருந்தன. அதைத் தாண்டினால் மொட்டைமாடி. இந்த மொட்டை மாடியில்தான் டிஜி சென் எங்களுக்காக காத்துக் கொண்டிருந்தார்.

மொட்டை மாடியின் ஒரு பக்கத்தை பூச்செடிகள் ஆக்ரமித்திருந்தன. அவற்றில் ஒன்றிரண்டு ஆர்சிட் வகை செடிகள் என்பதும் கண்ணில் பட்டது. மொட்டை மாடியின் நட்ட நடுவே பிரம்பு நாற்காலியில் அமர்ந்திருந்தார் திரு.சென். பார்ப்பதற்கு சுமார் அறுபது வயது மதிக்கத் தக்கவராக இருந்தார். நாங்கள் திரும்பி போகும்போது அவரது தோற்றத்தை பற்றி லால் மோகன் பாபு பர்சனாலிட்டி (ஆளுமை நிறைந்த தோற்றம்)

என்பதன் மறு உருவம் அவர் என்று குறிப்பிட்டார். அவர் சொன்னதும் சரிதான். நல்ல நிறம். கூர்மையான கண்கள், பிரெஞ்சு தாடி. அவரது அகன்ற தோள்கள் ஒரு காலத்தில் அவர் தொடர்ந்து உடற்பயிற்சி செய்து வந்தவர் என்பதை எடுத்துக் காட்டியது. நாங்கள் அவரை நெருங்கிச் சென்றபோது அவர் எழுந்திருக்கவில்லை நாற்காலியில் அமர்ந்தவாறே வணக்கம் என்றார் அவர். இது எனக்கு கொஞ்சம் வித்தியாசமாகப் பட்டது. என்றாலும் அவரது கால்கள் என் கண்ணில் தென்பட்டபோதுதான் அதற்கான காரணம் எனக்குப் புரிந்தது. அவரது நீலநிற கால்சட்டையையும் தாண்டி இடது கால் நீட்டிக் கொண்டிருந்தது. பாதம் முழுவதுமே பேண்டேஜ் துணியால் மறைந்திருந்தது.

மொட்டை மாடியில் மூன்று நாற்காலிகள் போடப்பட்டிருந்தன. நாங்கள் அவற்றில் அமர்ந்தவாறே அவருக்கு பதில் வணக்கம் தெரிவித்தோம். ஃபெலுடா அவரிடம் சொன்னார். 'உங்களுக்கு நாங்கள் மிகவும் கடமைப்பட்டிருக்கிறோம். இதுபோல் திடீரென்று வந்து குதிப்பதற்கு அனுமதித்ததற்காக. உங்களது அபூர்வமான சேமிப்பைப் பற்றி கேட்டதிலிருந்தே இங்கு வந்து அவற்றை பார்க்க வேண்டும் என்ற எனது ஆவலை என்னால் அடக்கவே முடியவில்லை.'

'பல ஆண்டுகளாகவே எனக்கு இந்தத் துறையில் ஆர்வம் இருந்தது' என்று சென் பதிலளித்தார். அவரது கண்களோ தூரத்தில் எங்கோ நிலைத்திருந்தது. அவரது குரல் நல்ல ஆழமாகவே இருந்தது. அவரது தோற்றத்திற்கு முற்றிலும் பொருந்துவதாகவும் இருந்தது.

'எனது சித்தப்பா சித்தேஸ்வர் போஸ் இடம் கூட ஒரு சிறிய அளவிற்கு பழைய கையெழுத்து பிரதிகளின் சேமிப்பு இருக்கிறது என்று பார்க்க அவருடைய வீட்டிற்குக் கூட ஒரு முறை வந்தீர்கள் என்று நினைக்கிறேன்.'

'இருக்கலாம் இந்த ஓலைச் சுவடிகளை தேடி நான் நிறையவே ஊர் சுற்றியிருக்கிறேன்.'

'உங்களிடம் உள்ளவை எல்லாமே வங்காளி மொழியில் எழுதப்பட்டவைதானா?'

'இல்லையில்லை மற்ற மொழிகளிலும் ஓலைச்சுவடிகள் இருக்கின்றன. அவற்றில் மிகச் சிறந்தவை சமஸ்கிருத மொழியில் எழுதப்பட்டவை.'

'அவை எப்போது எழுதப்பட்டவை?' 'பனிரெண்டாம் நூற்றாண்டில்.'

இதைத் தொடர்ந்து சற்றே மௌனம் நிலவியது. எதையாவது காண்பியுங்கள் என்று அவரை நேராகக் கேட்பது சரியாக இருக்காது. அவராக விரும்பினால்தான் உண்டு.

மிஸ்டர் சென் குரல் கொடுத்தார். 'லோக்நாத்' அநேகமாக ஏதாவதொரு வேலைக்காரனின் பெயராகத்தான் இருக்கும். ஏன் அவனைக் கூப்பிடுகிறார்?

லோக்நாத்திற்கு பதிலாக போஸ் அங்கே வந்தார். ஒரு வேளை அவர் கதவிற்கு அப்பால் நின்று கொண்டிருந்தாரோ? 'லோக்நாத் வெளியே போயிருக்கிறான் சார்! நான் ஏதாவது உதவி செய்யட்டுமா' என்று கேட்டார் அவர்.

சென் ஒரு கையை நீட்டினார். போஸ் அவரது கையைப் பிடித்துக் கொண்டே எழுந்து நின்றார். 'என்னை பின்தொடர்ந்து வாருங்கள்!' என்று சென் எங்களை நோக்கிச் சொன்னார். நாங்கள் மீண்டும் வராந்தாவிற்குள் நுழைந்து அங்கிருந்த இரண்டு அறைகளில் ஒன்றில் நுழைந்தோம். அது பெரிய அறையாகத்தான் இருந்தது. பெரிய படுக்கை ஒன்றும் இருந்தது. படுக்கைக்கு பக்கத்தில் ஒரு காஷ்மீர் மேஜை இருந்தது. அதன் மேல் ஒரு விளக்கும் இரண்டு மருந்து பாட்டில்களும் ஒரு கிளாஸ் டம்ளரும் இருந்தன. அந்த அறையில் ஓர் எழுது மேஜையும் நாற்காலியும் சுவற்றை ஒட்டியவாறு இரண்டு கோத்ரெஜ் அலமாரிகளும் இருந்தன.

சென் தனது செயலாளரை பார்த்து 'அதைத் திற!' என்றார். போஸ் ஒரு சாவிக் கொத்தை தலையணைக்கு அடியிலிருந்து வெளியே எடுத்து பீரோக்களில் ஒன்றை திறந்தார்.

அந்த பீரோவில் நான்கு தட்டுகள் இருந்ததை பார்க்க முடிந்தது. அவை ஒவ்வொன்றிலும் மிகவும் குறுகலான அகலத்தில் நீளமான பாக்கெட்டுகள் சிவப்பு நிற சில்க் துணியால் சுற்றப்பட்டிருந்தன. மேலோட்டமாக பார்க்கையில் சுமார் 50 பாக்கெட்டுகளாவது அந்த பீரோவில் இருக்கக்கூடும். இன்னொரு பீரோவில் இன்னும் சில ஓலைச் சுவடிகள் இருக்கின்றன. என்றாலும் உண்மையிலேயே விலைமதிக்க முடியாத....

மிகவும் விலைமதிக்கத்தக்க ஒரு ஓலைச் சுவடி முதல் தட்டில் இருந்தது. அதே தட்டில் இன்னுமொரு பாக்கெட் இருந்ததையும் கவனித்தேன். மிஸ்டர் போஸ் அந்த சில்க் துணியை சுற்றியிருந்த ரிப்பனை அகற்றினார். இரண்டு மர உருளைக்கிடையே இருந்த 800 வருட பழமையான ஓலைச் சுவடி வெளியே தெரிந்தது.

'இதன் பெயர் அஷ்டதச சாஹஸ்ரிக ப்ரக்யா பராமிதா' என்றார் சென். 'இன்னும் ஒன்று இதே போல் பழமையானது இருக்கிறது. அதன் பெயர் கல்பசூத்ரா என்பதாகும்.'

அந்த மர உருளைகள் மிக அழகாக வண்ணம் தீட்டப்பட்டிருந்தன. இவ்வளவு காலம் ஆகியும் கூட அந்த வண்ணமோ அல்லது அந்த உருளையில் செதுக்கப்பட்டிருந்த சித்திரங்களோ கொஞ்சம் கூட மெருகு குலையாமல்தான் இருந்தன. இந்த நூல் முழுவதுமே பனை ஓலையில்தான் எழுதப்பட்டிருந்தது. எவரொருவரின் கையெழுத்தும் இவ்வளவு அழகாக இருக்கும் என்று நான் எப்போதுமே நம்பியதில்லை.

'இது உங்களுக்கு எங்கிருந்து கிடைத்தது?' என்று கேட்டார் பெலுடா.

'தர்மசாலாவிலிருந்து.'

'அதாவது தலாய் லாமாவுடன் இது திபெத்திலிருந்து வந்தது என்றா சொல்கிறீர்கள்?'

'ஆமாம்.'

மிஸ்டர் சென் ஃபெலுடாவிடமிருந்து அந்த ஓலைச் சுவடியை வாங்கி போஸ் இடம் கொடுத்தார். அவர் அதை மீண்டும் சில்க் துணியால் சுற்றி பீரோவிற்குள் திரும்ப வைத்தார்.

'உங்கள் சித்தப்பாதான் உங்களை இங்கே அனுப்பிவைத்தாரா?'

திடீரென்று எழுந்த இந்தக் கேள்வியை கேட்டதும் எனக்கு தூக்கி வாரிப்போட்டது. ஆனால் ஃபெலுடாவோ கொஞ்சம் கூட அசரவில்லை. 'இல்லை சார்!' என்று அவர் அமைதியாக பதிலளித்தார்.

'நான் ஒன்றும் வியாபாரி அல்ல. இவை எதையும் விற்பதற்கு நான் தயாராக இல்லை. எவருக்காவது இதில் விருப்பமிருந்தது என்றால் என்னிடம் இருப்பதை எடுத்துக் காண்பிக்க மட்டுமே முடியும்.'

'நீங்கள் இப்போது என்னிடம் காண்பித்த ஓலைச்சுவடியை விலை கொடுத்து வாங்க என் சித்தப்பாவால் முடியாது. என்றாலும் இது போன்ற ஒரு பொருளுக்கு என்ன விலை இருக்கும் என்று எனக்குத் தெரியாது.' என்று சிரித்துக் கொண்டே கூறினார் ஃபெலுடா.

'இதற்கு விலை எதையும் உங்களால் வைக்க முடியாது. இவை விலை மதிப்பற்றவை.'

'என்றாலும் இவற்றை எல்லாம் மகிழ்ச்சியோடு மற்றவர்களிடம் கொடுப்பவர்களும் இருக்கத்தானே செய்கிறார்கள்?நமது பண்டைக்கால ஓலைச்சுவடிகளை வெளிநாட்டவர்களுக்கு விற்பதும் நடக்கத்தானே செய்கிறது?'

'ஆமாம். அதுவும் எனக்குத் தெரியும். இது மாதிரி செய்பவர்கள் உண்மையில் குற்றவாளிகள்தான். அவர்களை சிறையில்தான் தள்ள வேண்டும்!'

'உங்களது இந்த சேகரிப்பு முயற்சியில் உங்கள் மகனுக்கு ஆர்வம் உண்டா?'

சென் உடனடியாக இதற்கு பதிலளிக்கவில்லை. திடீரென்று ஏதோ சிந்தனையில் ஆழ்ந்து விட்டதைப் போல் தோன்றியது. பிறகு அருகிலிருந்த மேஜையை பார்த்தவாறே 'என் மகனா? அவனை எனக்குத் தெரியாது!'

'சார்! மிஸ்டர் மித்தர் மிகவும் புகழ்பெற்ற துப்பறியும் நிபுணர் சார்!' என்று சம்பந்தமே இல்லாமல் சொன்னார் போஸ்.

இப்போது டிஜி சென் தனது பார்வையை மேஜையிலிருந்து எடுத்து ஃபெலுடாவை உற்றுப் பார்த்தார். அவர் உரக்கச் சொன்னார். 'அதனால் என்ன? அதனால் என்ன மாற்றம் வந்துவிடப் போகிறது? நான் யாரையாவது கொலை செய்து விட்டேனா என்ன?'

பாரிக் ஏற்கனவே எங்களிடம் இதைப் பற்றி எச்சரிக்கை செய்திருந்தார். உண்மையில் டிஜி சென் விசித்திரமானதொரு மனிதர்தான். என்றாலும் இதற்கு அடுத்து அவர் பேசிய பேச்சில் எந்தவித தெளிவும் இருந்ததாகத் தெரியவில்லை.

'இழந்து போனதை எந்த துப்பறியும் நிபுணராலும் திரும்பக் கொண்டுவர முடியாது. அவ்வாறு செய்யும் திறமை பெற்ற எவரும் இன்னமும் முயற்சித்துக் கொண்டுதான் இருக்கிறார்கள். மூடப்பட்டிருந்த கதவுகள் கூட இப்போது ஒன்றன் பின் ஒன்றாக திறக்கத் துவங்கியுள்ளன. இதற்கு எந்த துப்பறியும் நிபுணரும் தேவைப்படாது!'

அவர் சொன்னதன் பொருள் என்ன என்று கேட்கும் தைரியம் எங்களில் யாருக்கும் இல்லை. அதுபோக எங்களுக்கென ஒதுக்கப் பட்டிருந்த நேரமும் முடியும் தறுவாயில் இருந்தது. எனவே நாங்கள் கிளம்பத் தயாரானோம். 'நான் உங்களை வழியனுப்பி வைக்கிறேன்.' என்று போஸ் அவசரஅவசரமாக கூறினார். ஃபெலுடா மிஸ்டர் சென்னுக்கு மீண்டும் ஒரு முறை நன்றி தெரிவித்த பிறகு நாங்கள் அனைவரும் விடைபெற்றுக் கொண்டோம். பின் நாங்கள் படிக்கட்டில் இறங்கத் துவங்கினோம்.

'அவரது காலுக்கு என்ன?' என்று போஸை கேட்டார் ஃபெலுடா.

அவர் பதிலளித்தார். 'முடக்குவாதம். ஒரு சில மாதங்களுக்கு முன் வரையிலும் கூட அவர் நல்ல உடல்நலத்துடன் நடமாடிக் கொண்டுதான் இருந்தார். என்றாலும் கடந்த மூன்று மாத காலமாகவே அதிகமான வலியால் அவதிப்பட்டு வருகிறார்.'

'அவரது அறையில் இரண்டு மருந்து பாட்டில்களைப் பார்த்தேன். அவை முடக்குவாதத்திற்கான மருந்துகளா என்ன?'

'ஆமாம். அவற்றில் ஒன்று அவர் நன்றாக தூங்குவதற்கு உதவி செய்வது. லக்ஷ்மண் பாபுதான் அவற்றை அவருக்குக் கொடுத்தார்.'

'யார் அந்த ஜோசியாரா?' என்று வியப்புடன் கேட்டார் லால்மோகன்பாபு.

'ஆமாம் ஜோசியம் தவிர அவருக்கு பாரம்பரியமான மருத்துவம் ஆயுர்வேதம் உள்பட வேறு பல விஷயங்களும் தெரியும்.'

'இதற்கு மேலும் சொல்ல வேண்டாம்!'

'ஆமாம். மிஸ்டர் சென் உடன் இருக்கும் போது பழைய ஓலைச் சுவடிகளைப் பற்றி கூட அவர் பேசுவதை கேட்டிருக்கிறேன்.'

'எவ்வளவு திறமையான மனிதர்!' என்று பாராட்டு தொனியில் சொன்னார் லால்மோகன் பாபு.

ஃபெலுடாவோ மௌனமாக இருந்தார்.

லக்ஷ்மண் பட்டாச்சார்யாவை ஃபெலுடா சந்திக்க வேண்டும் என்று விரும்பினார் லால்மோகன் பாபு. ஆனால் ஜோசியர் வெளியே போயிருந்தார். அவரது அறை பூட்டியிருந்தது. சாகரிகாவை விட்டு வெளியே வந்து நாங்கள் ஓட்டலை நோக்கி நடக்கத் துவங்கினோம். இந்த நேரத்தில் கடற்கரையில் கூட்டமாகத்தான் இருந்தது. ஏனென்றால் மேகமூட்டம் விலகி சூரியன் வெளிப்பட்டிருந்தது.

எங்களுக்கு வலது புறத்தில் ஒரு ஓட்டல் இருந்தது. கடற்கரையிலிருந்த இது ரொம்ப தூரத்தில் இருந்தது என்று கூறிவிட முடியாது. அதுதான் ரயில்வே ஓட்டல். இவர்களில் பெரும்பாலானோர் அங்கேதான் தங்கியிருக்கிறார்கள் என்றார் ஃபெலுடா. அந்த ஜன சந்தடியின் ஊடாக நாங்கள் நகர்ந்து சென்றோம். திடீரென்று யாரோ 'மிஸ்டர் மித்தர்!' என்று குரலெழுப்பினார்கள்.

கடலில் குளிக்கக் கிளம்பிய கூட்டத்தினரை விட்டு சற்றே தள்ளி, தனியாக நின்றபடி ஃபெலுடாவை நோக்கி புன்னகைத்தார் உயரமான ஒரு மனிதர். ஒரு சில நாட்கள் அவர் கடற்கரையிலேயே கழித்திருக்க வேண்டும். ஏனென்றால் அவர் அணிந்திருந்த கறுப்புக் கண்ணாடியை கழற்றிய போது கண்ணிலிருந்து காதுவரை வெளுத்தகோடு ஒன்றை என்னால் பார்க்க முடிந்தது. முகத்தின் மற்ற பகுதிகள் சூரிய வெளிச்சம் பட்டு கறுத்துப் போயிருந்தது.

அவர் எங்களை நோக்கி நடந்து வந்தார். ஃபெலுடாவைப் போன்றே உயரமாக இருந்த அவர் பார்க்கவும் அழகாக இருந்தார். தாடி வைத்திருந்த அவரது மீசை அழகாக கத்தரித்து விடப்பட்டிருந்தது.

அவர் சொன்னார். 'உங்களைப் பற்றி கேள்விப்பட்டேன். ஏதாவது வழக்கில் இறங்கியிருக்கிறீர்களா என்ன?'

'ஏன் கேட்கிறீர்கள்?'

'ஏதோ கொலை நடந்திருக்கிறது என்று கேள்விப்பட்டேன். எனவே நீங்கள் விசாரணை செய்யத் துவங்கியிருப்பீர்களள் என்று நினைத்தேன்.'

ஃபெலுடா உரக்கச் சிரித்தார். 'இல்லையில்லை. யாரும் என்னை விசாரிக்கும்படி கூறவில்லை. எனவே நான் விரும்பினாலும் கூட என்னால் விசாரணையை மேற்கொள்ள முடியாது.'

'நீங்கள் நீலாச்சாலில்' தான் தங்கியிருக்கிறீர்கள் இல்லையா?

'ஆமாம்'

'ம்ம்... வந்து' அவர் ஏதோ கேட்கத் தயங்குவது போல் தெரிந்தது.

'யாராவது உங்களை காவலாளியாக நியமித்திருக்கிறார்களா என்ன?' என்று கேட்டார் ஃபெலுடா. நானும் கூட அதை கவனித்தேன். அவர் தனது கையில் மூன்று தங்க மோதிரங்களை இறுகப் பிடித்துக் கொண்டிருந்தார். இதைக் கேட்டதும் சற்றே வெட்கத்துடன் புன்னகையை உதிர்த்தார் அவர்.

'கடுப்பாகத்தான் இருக்கிறது. என்றாலும் நீங்கள் சொன்னது உண்மைதான். இவை எனது ஓட்டலில் தங்கியிருக்கும் ஒரு விருந்தாளிக்கு சொந்தமானது. நேற்றுதான் அவரை சந்தித்தேன். இன்று காலை கடலில் குளிக்க வேண்டுமென்று அவர் விரும்பினார். இருந்தாலும் குளிக்கும்போது இவை கழன்று விழுந்துவிடக்கூடும் என்று பயந்தார். எனவேதான் குளித்துவிட்டு வரும்வரை இவற்றை பார்த்துக் கொண்டிருக்கும்படி கேட்டுக் கொண்டார். அதற்கு ஒப்புக்கொண்டிருக்கக் கூடாது என்று இப்போதுதான் நினைக்கிறேன்.'

இதற்கு நாங்கள் எந்த பதிலையும் தருவதற்கு முன்பாகவே அந்த மோதிரங்களின் உரிமையாளர் ஈரம் சொட்டச் சொட்ட மீனவச் சிறுவர்கள் புடைசூழ அங்கு வந்து சேர்ந்தார். வந்தது எங்களுடன் ரயிலில் பயணம் செய்த தங்கப்பயணி மிஸ்டர். எம் எல் ஹிங்க்ரோணிதான். ஃபெலுடாவைப் பார்த்ததுவுடன் அவர் உரக்க 'காலை வணக்கம்!' என்று கூறினார். பின்பு தனது மோதிரங்களை திரும்ப வாங்கிக் கொண்டு அந்த நபருக்கு நன்றி கூறிவிட்டு கொஞ்சம் மிதப்பாகவே 'கோவா, மியாமி, அகா

பூல்கோ, நைஸ் என்று எத்தனையோ கடற்கரை நகரங்களுக்கு சென்றிருந்தாலும் அவை எதுவுமே பூரிக்கு நிகராகாது என்று கருத்து தெரிவித்தார்.

அவருக்கு விடை கொடுத்துவிட்டு நாங்கள் மீண்டும் நடக்க துவங்கினோம். இந்த முறை தாடி வைத்த அந்த நபரும் எங்களுடன் நடந்து வந்தார்.

ஃபெலுடா மிகவும் நாகரீகமாக பேச்சைத் துவங்கினார். 'உங்கள் பெயரை மறந்து விட்டேன்.'

'இல்லையில்லை. என் பெயரை நான் உங்களிடம் சொல்லவேயில்லை. அந்தப் பெயரால் உங்களுக்கு ஆகப்போவது எதுவுமில்லை என்ற எண்ணத்தால்தான் நான் சொல்லவில்லை. நான் ஓரளவிற்கு பங்களிப்பு செய்த சிறப்பான பிரிவு ஒன்று இருக்கிறது. என்றாலும் பலருக்கும்

அதைப் பற்றித் தெரிந்திருக்காது. என் பெயர் பிலாஸ் மஜும்தார்.'

ஃபெலுடா சற்றே நெற்றியை சுருக்கி அவரை பார்த்துவிட்டுக் கேட்டார். 'மலை சம்பந்தப்பட்ட எதிலாவது நீங்கள் ஈடுபடுகிறீர்களா?'

'அடக் கடவுளே! உங்கள் அறிவைப் பார்க்கும்போது...'

ஃபெலுடா அவரை இடைமறித்துக் கூறினார். 'இல்லையில்லை. அதில் ஒன்றும் அப்படி விசேஷமாக எதுவும் இல்லை. ஏதோ ஒரு இதழிலோ அல்லது வேறெதிலுமோ உங்கள் பெயரை பார்த்தாக எனக்கு ஒரு நினைவு. அவ்வளவுதான். அந்தக் கட்டுரையில் மலைகளைப் பற்றி கூறியிருந்ததாக ஞாபகம்.'

'நீங்கள் சொல்வது சரிதான். மலையேறும் பயிற்சியை பெறுவதற்காக டார்ஜிலிங்கில் உள்ள மலையேறும் பயிற்சி நிறுவனத்தில் சேர்ந்தேன். உண்மையில் நான் வனவிலங்குகளை படம் பிடிக்கும் புகைப்படக்காரன்தான். பனிப் பிரதேசத்தில் வாழும் சிறுத்தைகளை படம்பிடிப்பதற்காக ஒரு ஜப்பானிய மலையேறும் குழுவுடன் போவதாக இருந்தது. இமாலய மலையில் உயர்ந்த பகுதிகளில்தான் பனிச் சிறுத்தைகள் காணப்படுகின்றன என்பதையும் நீங்கள் அறிந்திருப்பீர்கள். இந்த விலங்கை பலரும் பார்த்திருக்கிறார்கள் என்றாலும் அதன் புகைப்படம் ஏதும் இல்லை என்றே கூறி விடலாம்!'

அதற்கு மேலும் ஏதோ பேசாமல் நாங்கள் ஓட்டலை அடைந்தோம். லால்மோகன் பாபு வியப்பு நிறைந்த பார்வையுடன் பிலாஸ் மஜும்தாரை அவ்வப்போது பார்த்துக் கொண்டே வந்தார். எங்கள் அறைக்குள் நுழைந்ததுமே ஃபெலுடா தேநீர் கொண்டுவர உத்தர விட்டார். மஜும்தார் ஒரு நாற்காலியில் அமர்ந்தபடி தனது பாக்கெட்டிலிருந்து ஒரு புகைப்படத்தை வெளியே எடுத்தார்.

'இந்த நபரை உங்களுக்குத் தெரிகிறதா என்று பாருங்கள்' என்று அவர் ஃபெலுடாவிடம் சொன்னார்.

அது தபால் அட்டை அளவிலான ஒரு புகைப்படம். தொப்பியணிந்த ஒருவர் வித்தியாசமான ஒரு மிருகத்தை பிடித்தபடி நின்றிருந்தார். அந்த இருவரை வேறு பலரும் பார்த்துக் கொண்டிருந்தார்கள். மஜும்தார் சுட்டிக் காட்டிய நபரை அப்போதுதான் நாங்கள் பார்த்து விட்டு வந்திருந்தோம்.

ஃபெலுடா சொன்னார். 'இப்போதுதான் அவரது வீட்டிலிருந்து வந்தோம். அந்த புகைப்படத்தைக் கொண்டு அவரை அடையாளம் கண்டுபிடிப்பது அவ்வளவு எளிதல்ல; ஏனென்றால் இவர் இப்போது தாடி வளர்த்திருக்கிறார்.'

மஜும்தார் அந்த புகைப்படத்தை திரும்ப வாங்கிக் கொண்டார். பின்பு அவர் சொன்னார். 'அது போதும் எனக்கு. அவரது வீட்டு வாயிலில் இருந்த பெயர் பலகையை பார்த்தேன். என்றாலும் அதே டிஜி சென்தானா இவர்? என்று என்னால் உறுதியாகக் கூற முடியவில்லை.'

ஃபெலுடா சொன்னார். 'அந்த மிருகத்தை பார்த்தால் பங்கோலின் போல் தெரிகிறது!'

'ஆமாம். அதைப் பற்றி படித்தது எனக்கு ஞாபகத்திற்கு வருகிறது. எறும்பு தின்னி வகையை சேர்ந்த மிருகம் அது. ஏதோ இரும்பு கவசத்தை அணிந்து கொண்டது போல் அது தோற்றமளித்தது.'

'ஆமாம். நீங்கள் சொல்வது சரிதான். அது பங்கோலின்தான். நேபாளத்தில் அதைக் காணலாம் சாத்மாண்டுவில் உள்ள ஒரு ஒட்டலின் முன்னால் அந்த புகைப்படம் எடுக்கப்பட்டது. டிஜிசென், நான் ஆகிய இரண்டு பேருமே அந்த ஒட்டலில்தான் தங்கியிருந்தோம்'

'எப்போது?'

'கடந்த அக்டோபர் மாதத்தில். அந்த ஜப்பானிய மலையேறும் குழுவை சந்திப்பதற்காக நான் அங்கு சென்றிருந்தேன். எனது புகைப்படங்களில் ஒரு சில ஜப்பானிய பத்திரிகைகளிலும் வெளி வந்திருக்கின்றன. இந்தக் குழுவினர் என்னை தொடர்பு கொண்டபோது நான் மிகவும் உற்சாகத்தில் ஆழ்ந்தேன். என்றாலும் இறுதியில் என்னால் அவர்களோடு போகமுடியாமலே போய் விட்டது.'

'ஏன்? ஏன்' என்று கேட்டார் லால்மோகன் பாபு. அவரது குரலில் கவலை தொனித்தது. பனிச் சிறுத்தைகளை பற்றி பேச்சு வந்ததுமே வீரதீரச் செயல்களை அவர் நினைத்துப் பார்க்கத் துவங்கியிருந்தார்.

'எனக்கு ஒரு விபத்து நிகழ்ந்தது. பலத்த காயம்பட்ட நான் மூன்று மாதங்கள் மருத்துவ மனையில் கழிக்க நேர்ந்தது.'

'உங்களது இடது காலில் அடிபட்டதா? என்ன?' என்று கேட்டார் ஃபெலுடா.

'எனது இடது குதிகால் எலும்பு உடைந்து போய்விட்டது. நான் நடப்பது அவ்வளவு எளிதாகவா தெரிகிறது?'

'இல்லை. நேற்று கடற்கரை மணலில் ஒருசில காலடித் தடங்களை நாங்கள் பார்த்தோம். இந்த காலடித் தடங்களின் இடது புறத்தில் ஊன்றுகோல் தடம் ஒன்றும் தென்பட்டது. எனவே நடந்து போனவர் ஒன்று இடது கை பழக்கமுள்ளவராக இருக்க வேண்டும். அல்லது இடது காலில் அடிபட்டிருக்க வேண்டும் என்று நினைத்தேன். நீங்கள் ஊன்றுகோல் எதையும் பயன்படுத்தவில்லை என்பதால்தான் கேட்டேன்.'

'சில நேரங்களில் நான் பயன்படுத்துவதும் உண்டுதான். மணலில் நடப்பது பெரும்பாலும் கஷ்டமாகத்தான் இருக்கிறது. என்றாலும் எனக்கு வயது வெறும் 39தான். ஒரு முதியவரைப் போல கையில் தடியை ஊன்றிக் கொண்டு நடப்பதை நான் விரும்பவில்லை.'

'அப்படியென்றால் அது வேறு யாராவதாக இருக்கக் கூடும்.'

'இருக்கலாம். என்றாலும் ஒரு விஷயத்தை உங்களுக்கு சொல்கிறேன். குதிகால் எலும்பு உடைந்தது மட்டுமே எனக்கு ஏற்பட்ட காயமல்ல. கிட்டத்தட்ட 500 அடி உயரத்திலிருந்து மலையிலிருந்து நான் கீழே சரிந்து விழுந்தேன். உள்ளூரில் இருந்த விவசாயி ஒருவரின் மகன் மரத்தின் உச்சியில் விழுந்து கிடப்பதை பார்த்துவிட்டு அந்தப் பக்கத்தில் இருந்த ஹிப்பிக்களிடம் சென்று சொன்னான். உண்மையில் அதுதான் என் உயிரை காப்பாற்றியது. அவர்கள்தான் என்னை மருத்துவமனைக்கு எடுத்துச் சென்றார்கள். இடுப்பில் 7 எலும்புகள் நொறுங்கியிருந்தன. என் கழுத்தெலும்புகூட உடைந்து விட்டது. என் முகத்திலும் காயங்கள் இருந்தன. தாடை நொறுங்கிப் போனது. என் தாடையிலிருந்த தழும்புகளை மறைப்பதற்காகவே நான் தாடி வளர்த்தேன். இரண்டு நாட்கள் நினைவில்லாமல் கிடந்தேன். எனக்கு நினைவு திரும்பியபோதோ, எதுவுமே எனக்கு நினைவிற்கு வரவில்லை. என் பெயரும் கூடத்தான். எனது டைரியில் இருந்த எனது பெயரையும் முகவரியையும் யாரோ பார்த்துவிட்டு கல்கத்தாவிலிருந்த என் குடும்பத்திற்கு தகவல் தெரிவித்திருந்தார்கள். என் அக்காள் மகன் என்னைப் பார்க்க வந்திருந்தான். அவனைக்கூட எனக்கு அடையாளம் தெரியவில்லை. பின் படிப்படியாக எனக்கு நினைவு திரும்பியது. மிக நீண்ட சிகிச்சைக்குப் பிறகு இப்போது பெரும்பாலான விஷயங்கள் என் நினைவிற்கு வருகின்றன.

என்றாலும் அந்த விபத்திற்கு முன்பு என்ன நடந்தது என்பதும் நினைவிற்கு வரவில்லை. உதாரணமாக டிஜிசென் ஐ சந்தித்தது பற்றிய குறிப்பு எனது டைரியில் இருந்தது என்றாலும் அவர் எப்படி இருப்பார் என்பதே இரண்டு நாட்களுக்கு முன்புதான் நினைவிற்கு வந்தது.'

'மிஸ்டர் சென் காத்மாண்டுவிற்கு ஏன் சென்றார் என்பதை உங்களால் நினைவிற்கு கொண்டு வர முடிகிறதா? புராதன ஓலைச்சுவடிகள் பற்றியதாக அது இருக்கக் கூடுமா?'

'ஓலைச் சுவடியா?... எனக்குத் தெரியாது. ஓலைச் சுவடிகள் என்பது எப்படி இருக்கும்?'

'நீண்டு, மெலிதாக, தட்டையாக இருக்கும். பல சிகரெட் பாக்கெட்டுகள் அடங்கிய நீண்ட பெட்டி ஒன்று இருக்குமே அதைப் போன்று இருக்கும். பொதுவாக அவற்றை சிவப்பு சில்க் துணியில் சுற்றி வைத்திருப்பார்கள்.'

மஜும்தார் ஒன்றுமே பேசவில்லை. அங்கிருந்த மேஜைவிளக்கின் மீதே அவரது பார்வை நிலைத்திருந்தது. அவர் சிந்தனை வயப்பட்டது போல் தோன்றியது. ஒரு வார்த்தை கூட பேசாமல் நாங்கள் எல்லோரும் அவரையே பார்த்துக் கொண்டிருந்தோம். நீண்ட நேரத்திற்குப் பிறகுதான் அவர் கண்களை உயர்த்தினார். 'உங்களிடம் எல்லாவற்றையும் சொல்லி விடுவதுதான் சரியாக இருக்கும் என்று நினைக்கிறேன்.' என்றார் அவர். 'நானும் மிஸ்டர் சென்னும் தங்கியிருந்த ஓட்டலின் பெயர் விக்ரம் ஓட்டல். அது விசித்திரமானதொரு இடம்தான். அங்கிருந்த அறைகளில் சிலவற்றிற்கு ஒரே மாதிரியான பூட்டுகள் இருந்தன. ஒரு அறையின் சாவியைக் கொண்டு மற்றொரு அறையை திறந்து விடலாம். ஒரு ஓட்டலில் இதை நினைத்துக் கூட பார்க்க முடியாது. ஒரு நாள் தற்செயலாக எனது அறைக்கு பக்கத்து அறையை எனது அறைதான் என்று நினைத்துக் கொண்டு திறந்து விட்டேன். உண்மையில் அது டிஜி சென்னின் அறை. முதலில் எனது அறை என்று நான் எண்ணிக்கொண்டிருந்த அந்த அறையில் வேறு யாரும் இருப்பதைக் கண்டு நான் ஆச்சரியப்பட்டேன். பின்புதான் எனது தவறை நான் உணர்ந்தேன். என்வே 'மன்னித்துக் கொள்ளுங்கள்!' என்று கூறிவிட்டு நான் அந்த அறையை விட்டு வெளியேறி விட்டேன். அதற்கு முன்பு அந்த அறையில் ஒரு காட்சியை கண்டேன். டிஜி சென் படுக்கையில் அமர்ந்திருந்தார். நான் இதுவரை காணாத இரண்டு

பேர் நாற்காலிகளில் அமர்ந்திருந்தனர். அவர்களில் ஒருவர் ஒரு அட்டைப் பெட்டியிலிருந்து மெல்லிய, நீளமான ஒரு பாக்கெட்டை வெளியே எடுத்தார். எனது நினைவிற்கு எட்டிய வரையில் அது சிவப்பு நிறத்தில் இருந்தது. ஆனால் அது சில்க் துணிதானா இல்லையா என்று என்னால் கூற முடியாது.'

'அப்படியா? அப்புறம் என்ன நடந்தது?

'ஒன்றுமில்லை. அதாவது எனக்கு எதுவும் நினைவில் இல்லை என்றுதான் கூற விரும்புகிறேன். என் நினைவு முற்றிலுமாக துடைத்தெறியப்பட்டுவிட்டது. அதன் பிறகு மருத்துவ மனையில் விழித்தெழுந்ததுதான் என் நினைவிற்கு வருகிறது.'

திடீரென்று லால்மோகன் பாபு மிகுந்த உற்சாகத்துடன் கூறினார். 'அட ! நீங்கள் ஏன் அந்த ஜோசியரிடம் போகக் கூடாது. நடந்த ஒவ்வொரு விஷயத்தையும் உங்களுக்கு நினைவூட்ட அவரால் முடியும்.'

'யாரைப் பற்றி நீங்கள் சொல்கிறீர்கள்?

'அந்த மாபெரும் ஜோசியர் லக்ஷ்மண் பட்டாச்சார்யாவை தான் கூறுகிறேன். சென் வீட்டின் கீழ்தளத்தில்தான் அவர் வாடகைக்கு குடியிருக்கிறார். நீங்கள் விரும்பினால் அவரைப் பார்ப்பதற்கு நேரம் ஏற்பாடு செய்து தருகிறேன். ஒரு தடவை முயற்சித்துதான் பாருங்களேன்! அதனால் எந்தவித கெடுதியும் கிடையாது.'

'நல்லது. இதுவும் ஒரு நல்ல யோசனைதான். உங்கள் ஆலோசனைக்கு நன்றி!' மஜும்தார் அவரது யோசனையை ஏற்றுக் கொண்டுவிட்டது போலத்தான் தோன்றியது.

லால்மோகன் பாபு மேலும் உற்சாகத்துடன் சொன்னார். 'அவர் செய்யப்போவது இதுதான். உங்கள் நெற்றியின் நடுவில் இருக்கும் மச்சத்தின் மீது தனது சுண்டு விரலை வைத்தாலே போதும். உங்களது கடந்த காலம், நிகழ் காலம், எதிர்காலம் எல்லாவற்றையுமே சொல்லி விடுவார்.'

இதற்கு முன் நான் அதை கவனிக்கவில்லை. மஜும்தாரின் நெற்றியில் ஒரு சிறிய மச்சம் இருப்பதை இப்போதுதான் பார்த்தேன். அவர் ஏதோ பொட்டு வைத்துக் கொண்டிருப்பது போல் தோன்றியது.

'உங்கள் ஜோசியர் பார்வையாளர்களையும் அனுமதிப்பாரா?' என்று கேட்டார் ஃபெலுடா.

'நிச்சயமாக. அதாவது நீங்களும் தபேஷ்ம் பார்வையாளர்களாக வரவிரும்புகிறீர்களா என்ன? பிரச்சினை ஒன்றுமில்லை. நான் அவரிடம் சொல்லி விடுகிறேன்.'

'ரொம்ப நல்லது. இன்று மாலை 6 மணிக்கு அவரை சந்திக்க முடியுமா? என்று விசாரியுங்கள்.'

லால்மோகன் பாபு மிகுந்த மகிழ்ச்சியுடன் தலையை ஆட்டினார். பின்பு 'ஜோசியருக்கான கட்டணம் வெறும் ஐந்து ரூபாய் எழுபத்தைந்து பைசாதான்!' என்று மஜும்தாரிடம் அவர் கூறினார். மஜும்தார் அதைக் கேட்டதும் சிரிக்கத் துவங்கினார். என்றாலும் சிரிக்கத் தகுந்த தொகையல்ல அது என்று ஃபெலுடா சுட்டிக் காட்டியதும் அவர் சிரிப்பதை நிறுத்தி விட்டார். 'கொஞ்சம் யோசித்துப் பாருங்கள். நாள்தோறும் பத்து வாடிக்கையாளர்கள் வந்தாலும் கூட மாதத்திற்கு அவருக்கு ரூ,2000 வருமானம் வரும். அது ஒன்றும் மோசமான வருமானம் இல்லைதானே?'

ஃபெலுடா அவரது எதிர்காலத்தைப் பற்றி தெரிந்துகொள்ள விரும்பவில்லை என்றாலும் மஜும்தாரின் நினைவு திரும்ப வேண்டும் என்பதில் அவர் ஆர்வமாக இருந்தார் என்பதை என்னால் நன்றாகவே உணர முடிந்தது.

ஐந்து

பட்டாச்சார்யாவை சந்திப்பதற்கு முன்னால் புகழ்பெற்ற பூரி ஜகன்னாதர் ஆலயத்திற்கு சென்று வருவது என்று நாங்கள் தீர்மானித்துக் கொண்டோம். அங்கிருந்த ரதத்தை பார்ப்பதில்தான் எனக்கு மிகுந்த ஆர்வம் இருந்தது. பூரி ஜகன்னாதரின் பழைய தேர் ஒவ்வொரு வருடமும் முறையாக சடங்கு முறைப்படி உடைக்கப்படும் என்றும்' அதற்கு பதிலாக புதிய தேர் ஒன்று செய்யப்படும் என்றும் ஃபெலுடா என்னிடம் ஏற்கனவே கூறியிருக்கிறார். பழைய தேர் உடைக்கப்பட்டதும் அந்த துண்டு சட்டங்களில் பொம்மைகள் செய்து கடைகளில் விற்பார்கள் என்றும் கேள்விப்பட்டேன்.

ஃபெலுடா அதிகமாக பேசவில்லை. நாங்கள் சந்தித்த புதிய மனிதர்களைப் பற்றியும் அவர்கள் எங்களிடம் சொன்னவை குறித்தும் அவர் ஒரு வேளை யோசித்துக் கொண்டிருக்கலாம். என்றாலும் ஒரு விஷயத்தை மட்டும் அவரிடம் சொல்லியே ஆக வேண்டும் என்று நான் கருதினேன்.

'ஃபெலுடா நீங்கள் கவனித்தீர்களா? இவை எல்லாமே ஏதோ ஒரு விதத்தில் நேபாளத்தோடு தொடர்புடையதாகவே அமைந்திருப்பது போல் தோன்றுகிறது. கொலை செய்யப்பட்ட அந்த மனிதன் நேபாளத்திலிருந்து வந்தவன். பிலாஸ்மஜும்தாரும் கூட நேபாளத்திற்கு சென்றிருக்கிறார். அதே போலத்தான் டிஜிசென்னும்...'

'அப்படியா ? இதில் ஏதாவது சிறப்பாக இருக்கக் கூடும் என்று நீ கருதுகிறாயா?'

'ஆமாம். நான் என்ன நினைத்தேன் என்றால்...'

'இதுபோல் எதையும் எண்ணிக் கொள்ள வேண்டிய அவசியமில்லை. இது தற்செயலான ஒன்று என்பதைத் தவிர வேறில்லை.'

'நல்லது. நீங்கள் சொன்னால் சரி.'

புகழ்பெற்ற அந்தத் தேரை பார்த்த பிறகு கோயிலுக்கு முன்னால் இருந்த பெரிய கடைத் தெருவை சுற்றி வந்தோம். சின்னஞ்சிறிய சிலைகள், கற்களில் செதுக்கப்பட்ட கோனாரக் சூரியக் கோவில் போன்றவற்றை நாங்கள் பார்த்துக் கொண்டிருக்கும்போதே இன்ஸ்பெக்டர் மஹாபாத்ராவை சந்திக்கும்படி நேர்ந்தது. அவரை அடையாளம் காண எனக்கு ஒரு சில நொடிகள் ஆனது. ஏனென்றால் அவர் முடிவெட்டியிருந்தார். அவரது தலைமுடி வெட்டப்பட்ட தோற்றத்தைப் பார்த்ததுமே எனக்கு என்னுடைய சித்தப்பா ஒருவரின் நினைவுதான் வந்தது. அவர் முடி திருத்தும் நாற்காலியில் அமர்ந்ததுமே தூங்கி விடுவார். விழித்து எழுந்ததும் முடி திருத்தும் கலைஞரின் கைவண்ணத்தை கண்ணாடியில் பார்த்ததுமே இருவருக்குமிடையில் கடுமையான வாக்குவாதம் ஏற்படுவது வழக்கம். அந்த சித்தப்பாவை பலவழிகளில் ஒத்தவராகத்தான் இன்ஸ்பெக்டர் மஹாபாத்ரா எனக்குத் தோன்றினார்.

ஃபெலுடா அவருக்கு வணக்கம் தெரிவித்தார். 'ஹலோ இன்ஸ்பெக்டர்! ஏதாவது முன்னேற்றம் உண்டா? மெஹர் அலி ரோடில் வசிக்கும் சர்க்காரை தொடர்பு கொள்ள முடிந்ததா?'

இன்ஸ்பெக்டர் அதற்கு பதிலளித்தார். 'இன்று மதியம்தான் ஓரளவு தகவல் வந்து சேர்ந்தது. மெஹர் அலி ரோடில் இருக்கும் 14ஆம் எண் இல்லம் ஒரு அடுக்கு மாடி குடியிருப்பதாகும். அங்கே மொத்தம் 8 குடியிருப்புகள் உள்ளன. அதில் 3ஆம் எண் குடியிருப்பில்தான் சர்க்கார் வசித்து வருகிறார். கடந்த ஒரு வார காலமாக அவரது வீடு பூட்டியிருக்கிறது. அவர் அடிக்கடி வெளியூர் செல்லும் பழக்கமுடையவர் என்பதும் தெரிய வந்தது.'

'இந்த முறை அவர் எங்கே போனார் என்று உங்களால் தெரிந்து கொள்ள முடிந்ததா?'

'பூரிக்கு...'

'உண்மையாகவா? அதை யார் உங்களுக்குச் சொன்னது?'

'நான்காவது குடியிருப்பில் இருப்பவர்தான் சொன்னார். இங்கு அவர் சுற்றுலாவாக வருவதாக இருந்ததாம்.'

'அவரைப் பற்றிய அடையாளம் ஏதாவது தெரிந்ததோ?'

'தெரிந்தது. என்றாலும் அதனால் எந்த பயனும் இல்லை. நடுத்தர உயரம், முழுமையாக மழிக்கப்பட்ட முகம், வயது 35 லிருந்து 40க்குள் இருக்கும்.'

'அவர் என்ன வேலை செய்கிறாராம்?'

'ஊர்ஊராக சென்று விற்பனை செய்பவர் என்று கூறியிருந்தாராம். அவர் என்ன விற்பனை செய்கிறார் என்று யாருக்கும் தெரியவில்லை. ஒரு வருடத்திற்கு முன்புதான் அந்த வீட்டிற்கு வந்திருக்கிறார்?'

'ரூப்சந்த் சிங்-'

'அவர் நேற்றுதான் பூரிக்கு வந்து சேர்ந்திருக்கிறார். பஸ் நிலையத்திற்கு அருகேயுள்ள ஒரு ஓட்டலில் தங்கியிருக்கிறார். அவர் செலுத்த வேண்டிய பணத்தைக்கூட இன்னும் செலுத்தவில்லை. நேற்று இரவு அவரது ஓட்டலிலிருந்து போன் செய்ய முயற்சி செய்திருக்கிறார். போன் பழுதடைந்திருந்ததால் அந்த சாலைக்கு எதிர்ப்புறம் இருக்கும் மருந்துக் கடையில் இருந்த போனை பயன்படுத்தியிருக்கிறார். அந்த கடைக்காரர் அவரை பார்த்திருக்கிறார். என்றாலும் வாடிக்கையாளர்களை கவனிப்பதில் மும்முரமாக இருந்ததால் போனில் அவர் என்ன பேசினார் என்பதை கேட்கவில்லை. இரவு பதினொரு மணிக்கு ரூப்சந்த் ஓட்டலை விட்டு கிளம்பியிருக்கிறார். ஆனால் திரும்பி வரவில்லை. அவரது அறையில் இருந்த ஒரு சூட்கேஸில் ஒரு சில துணிமணிகள்தான் இருந்தன. அவை விலை உயர்ந்த சிறப்பாக தைக்கப்பட்ட துணிமணிகள்தான்.'

'அதில் வியப்படைய ஒன்றும் இல்லை. இப்போதெல்லாம் டிரைவர்கள் நன்றாகவே சம்பாதிக்கிறார்கள். எனவே வாழ்க்கையில் சில நல்ல விஷயங்களை ரூப் சந்த் பெறுவது ஒன்றும் அவ்வளவு கடினமான விஷயமல்ல.'

இதன்பிறகு இன்ஸ்பெக்டர் மஹாபாத்ரா அங்கிருந்து கிளம்பி விட்டார். நாங்கள் ரயில்வே ஓட்டலை நோக்கிச் சென்றோம். மஜூம்தார் எங்களுக்காக அங்கே காத்துக் கொண்டிருந்தார். சுமார் 5.45 மணிக்கு நாங்கள் அங்கே போய் சேர்ந்தோம். அந்த ஓட்டல் பிரிட்டிஷ் காலத்தில் கட்டப்பட்டதாகவே காட்சியளித்தது. அதை புதுப்பித்திருந்தார்கள் என்ற போதிலும் பழங்கால நெடி இன்னமும் அடிக்கத்தான் செய்தது. அதன் முன்னால் இருந்த மிகப் பெரிய தோட்டத்தில் குடைகளின் கீழே அமர்ந்தவாறே அந்த ஓட்டலில் தங்கியிருந்தவர்கள் தேநீர் அருந்திக்

கொண்டிருந்தார்கள். ஒரு மேஜையில் அமர்ந்திருந்த மஜும்தார் எங்களை பார்த்ததும் தன்னோடு அமர்ந்திருந்தவர்களிடம் 'மன்னித்துக் கொள்ளுங்கள்!' என்று கூறியபடியே எழுந்து வந்தார்.

'என் எதிர்காலம் எப்படியிருக்கிறது என்று பார்த்து விட்டு வரலாம்' என்றார் அவர்.

இன்று எங்களுக்கு லால்மோகன் பாபுதான் வழிகாட்டியாக இருந்தார். அவரது பாவனையே இப்போது முற்றிலுமாக மாறியிருந்தது. நாங்கள் சாகரிகாவை அடைந்ததும், அவர் நேராக கூழாங்கற்கள் பதிக்கப்பட்ட பாதையில் நடந்து சென்று, வராந்தாவில் ஏறி, முன்பக்க கதவை மிகவும் நளினமாக தட்டினார். யாரும் வந்து கதவை திறப்பதாக தோன்றவில்லை. அவர் கொஞ்சம் நிச்சயமற்ற தொனியில் சுற்று முற்றும் பார்த்துவிட்டு கொஞ்சம் தன்னைத் திடப்படுத்திக் கொண்டவராக உரக்க குரல் கொடுத்தார். 'உள்ளே யார்?' அவரது குரலில் தென்பட்ட அதிகார தொனி எங்களை உண்மையிலேயே வியப்படையச் செய்தது. நாங்கள் அவரை ஏறிட்டுப் பார்த்தோம். ஒரு பக்க கதவு உடனடியாகத் திறந்தது.

'வாருங்கள்!' என்றார் லக்ஷ்மண் பட்டாச்சார்யா. அவர் ஒரு பட்டு லுங்கியும் கைவேலை செய்யப்பட்ட பருத்தியினால் ஆன குர்த்தாவும் அணிந்திருந்தார். அவரது தோற்றம் ஒன்றும் குறிப்பிடத் தகுந்ததாக இல்லை என்றபோதிலும் அவரது மெல்லிய மீசை தாடை வரை நீண்டிருந்தது கொஞ்சம் வித்தியாசமாக இருந்தது.

லால்மோகன் பாபு எங்களை அறிமுகப்படுத்த முனைந்தார். அதை தடுத்த பட்டாச்சார்யா 'உள்ளேபோய் வசதியாக அமர்ந்தபிறகு அறிமுகப்படுத்திக் கொள்ளலாமே!' என்றார்.

அவரது வரவேற்பறைக்குள் நுழைந்தோம். அதில் பெரும் பகுதியை பெரியதொரு மெத்தை அடைத்திருந்தது. அநேகமாக அதில் அமர்ந்துதான் தொழிலை கவனிப்பார் என்று புரிந்தது. ஆங்காங்கே போடப்பட்டிருந்த நாற்காலிகளிலும் ஸ்டூல்களிலும் நாங்கள் அமர்ந்து கொண்டோம். சுவரில் பதிக்கப்பட்ட அலமாரி ஒன்றும் இருந்தது. அதன் கீழ் பகுதி வெளியே தெரியும்படி இருந்தது. காகிதங்களும், மரப்பெட்டிகளும் அப்பகுதியை நிரப்பியிருந்தன. ஓரிரு பாட்டில்களும் குடுவைகளும் கூட கண்ணில் தென்பட்டன.

'நீங்கள் இங்கே உட்காருகிறீர்களா?' என்று பிலாஸ் மஜும்தாரை பார்த்து மெத்தையை சுட்டிக்காட்டியவாறே கேட்டார் பட்டாச்சாரியா.

மஜும்தார் எழுந்து அவர் சுட்டிக்காட்டிய இடத்தில் அமர்ந்தார். லால்மோகன் பாபு வேக வேகமாக எங்களை அறிமுகப்படுத்த முனைந்தார். 'இவர்தான் நான் உங்களிடம் சொன்ன நண்பர். இவர் புகழ்பெற்ற...' என்று சொல்லி நிறுத்தி உதட்டை கடித்துக் கொண்டார். புகைப்படக் கலைஞர். காட்டு விலங்குகளை படமெடுப்பவர் என்று சொல்ல முனைந்தார் என்பதை என்னால் உறுதியாகக் கூற முடியும். என்றாலும் சரியான நேரத்தில் அவர் தன்னை கட்டுப்படுத்திக் கொண்டார்.

ஃபெலுடா அவசரமாகச் சொன்னார். 'இந்த அறையில் கூடுதலாக இன்னும் இரண்டு பேர் இருப்பதை பொருட்படுத்த மாட்டீர்கள் என்று நம்புகிறேன்.'

'இல்லையில்லை. மேடையில் இதைச் செய்து காட்டச் சொல்வதைத்தான் நான் விரும்புவதில்லை. நிறைய பேர் என்னை ஏதோ மாஜிக் நிபுணர் என்று நினைத்துக் கொண்டு செய்து காட்டச் சொல்லியிருந்தார்கள். ஏன் சமீபத்தில் கூட...' என்று பேச்சை நிறுத்தினார். லக்ஷ்மண் பட்டாச்சார்யா. அவர் பிலாஸ் மஜும்தாரையே உற்றுப் பார்த்ததை என்னால் காண முடிந்தது. 'என்னவொரு வித்திரம் இது! கடவுள்களுக்கு மூன்றாவது கண் இருக்கும் அதே இடத்தில் உங்களுக்கு மச்சம் இருக்கிறது. அந்த இடத்தின் கீழ் மனித உடலில் என்ன இருக்கிறது என்று உங்களுக்குத் தெரியுமா?

'பீனியல் சுரப்பியா? என்று கேட்டார் ஃபெலுடா.

அதேதான். மூளையில் இருக்கும் மிகவும் மர்மமான பகுதி அல்லது மேற்கத்திய நாட்டு விஞ்ஞானிகள் அப்படித்தான் சொல்கிறார்கள் என்றும் சொல்லலாம். இந்தியாவில் இருக்கும் சில ஞானிகளோ பல்லாயிரக்கணக்கான ஆண்டுகளுக்கு முன்னால் மனிதர்கள் உள்ளிட்டு உயிருள்ள இனங்கள் அனைத்திற்குமே மூன்று கண்கள் இருந்தன என்று கூறுகிறார்கள். காலப்போக்கில் இந்த மூன்றாவது கண் மறைந்துபோய் அது பீனியல் சுரப்பியாக மாறியது என்றும் கூறினார்கள். நியூ கினியாவில் காணப்படும் பிரட்டுவா எனப்படும் ஊர்வன வகையைச் சேர்ந்த இனத்திற்கு இப்போதும்கூட மூன்றாவது கண் உண்டு.'

ஃபெலூடா கேட்டார். 'யாராவது ஒருவரின் நெற்றியின் மத்தியில் நீங்கள் விரலை வைப்பது என்பது பீனியல் சுரப்பியுடன் தொடர்பை ஏற்படுத்துவதற்காகத்தானா?'

பட்டாச்சார்யா பதிலளித்தார். 'ஆமாம் நீங்கள் அப்படியும் சொல்லலாம். என்றாலும் நான் முதலில் இதை துவங்கிய போது, இந்த சுரப்பியைப் பற்றியே எனக்குத் தெரியாது. அப்போது எனக்கு பனிரெண்டு வயதுதான். ஒரு ஞாயிற்றுக் கிழமை அன்று எனது சித்தப்பா ஒருவருக்கு தலைவலி வந்தது. அவர் சொன்னார் என் தலையை பிடித்து விட்டால் உனக்கு ஐஸ்கிரீம் வாங்கித் தருவேன் எனவே அவரது நெற்றிப் பொட்டை லேசாக அழுத்தத் துவங்கினேன். பின்பு அவர் நெற்றியை தேய்த்து விடும்படி சொன்னார். அவரது நெற்றியை விரலால் மெதுவாக அழுத்தி தடவத் துவங்கியபோது விசித்திரமானதொரு சம்பவம் நிகழ்ந்தது. நான் ஏதோ ஒரு சினிமாவைப் பார்ப்பது போல் நிகழ்ச்சிகள் என் கண்களுகு முன்பாக வந்து மறைந்தன. என் சித்தப்பாவை சிறு பையனாக, பள்ளிக்குச் செல்லும் சிறுவனாக, பின்பு இளைஞனாக வந்தேமாதரம் என முழுக்கமிட்டு போலீஸால் கைது செய்யப்படும் இளைஞராக பார்த்தேன். பின்பு அவர் திருமணம் செய்து கொள்வதையும் அவரது மனைவி இறப்பதையும் காட்சிகளாக நான் கண்டேன். கண்களை மூடியபடி என் குடும்பத்தினர் அவரது உடலைச் சுற்றியிருக்கும் காட்சியும் அனைத்துமே வந்ததுபோல் வேகமாகவே மறைந்து விட்டன. என்னாலேயே நான் கண்டதை நம்ப முடியாத போது, இதைப் பற்றி வேறு யாரிடமும் நான் சொல்லவில்லை. என்றாலும் உண்மையிலேயே அவர் இறத்தபோது நான் கண்ட காட்சி உண்மையானதுதான் என்பதை உணர்ந்தபோதுதான் எனக்குள் ஏதோ சிறப்பான சக்தி இருக்கிறது என்பதை நான் உணர்ந்து கொண்டேன்....' என்றபடி அவரது குரல் லேசாக தேய்ந்து மறைந்தது.

நான் மற்றவர்களை ஏறிட்டுப் பார்த்தேன். லால்மோகன் பாபு விழிகள் விரிய வாயைப் பிளந்தபடி லக்ஷ்மண் பட்டாச்சார்யாவை வெறித்துப் பார்த்துக் கொண்டிருந்தார். பிலாஸ் மஜூம்தாரோ முகத்தில் எந்த வித உணர்ச்சியுமின்றி நேராக அந்த ஜோசியரை பார்த்துக் கொண்டிருந்தார்.

ஃபெலூடா கூறினார். 'மருந்துகளைப் பற்றியும் உங்களுக்கு கொஞ்சம் தெரியும் என்று தெரிகிறது. அதற்கான சில ஆதாரங்களை இந்த அறையிலேயே பார்க்க முடிகிறது. உங்களை

நீங்கள் என்னவாக கருதுகிறீர்கள்? மருத்துவராகவா ஜோசியராகவா?'

'உண்மையைச் சொல்வதானால் ஜோசியம் பற்றி நான் எதுவுமே படிக்கவில்லை. நட்சத்திரங்களை பற்றிய, கிரகங்களைப் பற்றிய எனது அறிவு என்பது மிகமிகக் குறைவுதான். ஒருவரின் கடந்த காலத்தை, எதிர்காலத்தைப் பற்றி பார்க்கும் சக்தி எனக்கு இருக்கிறதென்றால் அது கடவுள் எனக்கு கொடுத்த ஒரு வரம்தானே தவிர வேறல்ல. அதில் என்னுடைய முயற்சி என்று ஏதுமில்லை. ஆனால் நாட்டு வைத்தியம், ஆயுர்வேத சிகிச்சை ஆகியவற்றை நான் படித்து தெரிந்து கொண்டேன். எனவே எனது தொழில் என்ன என்று என்னைக் கேட்டால் ஒரு மருத்துவர் என்றுதான் நான் சொல்வேன். அது போகட்டும் மிஸ்டர் மஜ்ம்தார். கொஞ்சம் முன்னால் வருகிறீர்களா?

மஜ்ம்தார் ஏற்கனவே சப்பணம் போட்டு மெத்தையில் அமர்ந்திருந்த நிலையில் கொஞ்சம் முன்னால் சரிந்து வந்து அமர்ந்தார். அந்த ஜோசியர் தனது வலதுபுறம் வைக்கப்பட்டிருந்த சிறியதொரு கிண்ணத்தில் வலது கை சுண்டு விரலை விட்டு வெளியே எடுத்து வெள்ளை வெளேரென தோன்றிய

கைக்குட்டையில் நன்றாக துடைத்துக் கொண்டார். அந்த கிண்ணத்தையோ அதற்குள் என்ன இருந்தது என்பதையோ அதற்கு முன் நான் கவனிக்கவே இல்லை. அதில் என்ன இருந்திருந்தாலும் சரி பட்டாச்சார்யா தனது வேலையை துவங்க அது போதிய ஊக்கம் அளித்தது என்பதை மட்டும் என்னால் உணர முடிந்தது. அவர் தனது கண்களை மூடிக் கொண்டு கையை நீட்டி சுண்டு விரலை மஜும்தாரின் நெற்றியில் தெரிந்த அந்த மச்சத்தின் மேல் ஒரே வீச்சில் வைத்ததைக் கண்டு என்னால் பிரமிக்கத்தான் முடிந்தது. அதன்பிறகு ஒரு சில நொடிகள் மௌனமாகவே கழிந்தன. யாருமே பேசவில்லை. அறைக்கு உள்ளேயிருந்த கடிகாரத்தின் ஓசையும் வெளியே இருந்த அலைகளின் ஓசையும்தான் கேட்டது.

முப்பத்து மூன்று.... ஆயிரத்து தொள்ளாயிரத்து முப்பத்து மூன்று.... பட்டாச்சார்யா பேசத் துவங்கினார். 'துலா ராசியில் முதல் மகனாகப் பிறந்தவர்... எட்டு வயதில் டான்சில் ஆப்ரேஷன். படிக்கும்போது உதவித்தொகை கிடைத்தது... பள்ளியை விட்டு வெளியேறும்போது கையில் தங்கப் பதக்கம்... இயற்பியல் படித்து பத்தொன்பது வயதில் பட்டம்.... இருபத்து மூன்றாம் வயதிலிருந்தே சம்பாதிக்கத் துவங்கினார்.. வேலை...இல்லை...இல்லை... சுதந்திரமான விருப்பம் போல் வேலை புகைப்படக் கலை... போராட்டம்.... நிறையவே போராட வேண்டியிருந்தது.. என்றாலும் எல்லாவற்றையும் தாங்கும் மன உறுதி தாங்கும் சக்தி. மிருகங்களின்மீதும் மலைகளின் மீதும் காதல்... மலையேறும் திறமை... இன்னும் திருமணம் ஆகவில்லை... நிறையவே ஊர் சுற்றியிருக்கிறார்... எதையும் துணிந்து செய்யும் திறமை.' பேச்சு நின்றது..

ஃபெலுடா அங்கிருந்த ஒரு ஆஷ்ட்ரேயை உற்றுப் பார்த்துக் கொண்டிருந்தார். லால்மோகன் பாபு நிமிர்ந்து அமர்ந்திருந்தார். வியப்பின் விளைவாக அவர் கைகளை இறுக மடக்கிக் கொண்டிருந்தார். எனது இதயமும் கூட மிகவும் வேகமாகத்தான் துடித்துக் கொண்டிருந்தது. பிலாஸ் மஜும்தாரின் முகத்திலோ எந்தவித உணர்ச்சியும் வெளிப்படவில்லை. என்றாலும் அவரது கண்கள் அந்த ஜோசியரின் முகத்திலேயே நிலைத்து நின்றிருந்தன. ஒரே ஒரு நொடிப் பொழுது கூட அவர் தனது கண்களை நகர்த்தவில்லை

ஜோசியர் பட்டாச்சார்யா மீண்டும் பேசத் துவங்கினார். எழுபத்து எட்டு... எழுபத்து எட்டு... அவரது முன் நெற்றியில்

வியர்வைத் துளிகள் லேசாக வெளிப்படத் துவங்கியிருந்தன. அவரது மூச்சும் வேகமாகி இருந்தது. பேசுவதற்கு கஷ்டப்படுவதுபோல் தோன்றியது.

'காடு அங்கே இமயமலையில் ஒரு காடு. விபத்து. இல்லையில்லை. அது விபத்தில்லை.' அவர் மீண்டும் மௌனமாகிவிட்டார். ஒரு சில நொடிகளுக்குத்தான். பின் அவர் கண்களை திறந்தார் விரலையும் நெற்றியிலிருந்து எடுத்து விட்டார். பின்பு மஜும்தாரை நேருக்கு நேராகப் பார்த்து அவர் சொன்னார். 'உண்மையில் நீங்கள் இன்று உயிரோடு இருந்திருக்க இயலாது. அந்த நிகழ்ச்சிக்குப் பிறகு நிச்சயமாக அதற்கு வாய்ப்பில்லை. என்றாலும் கூட நீங்கள் உயிர் பிழைத்திருக்கிறீர்கள் கடவுள்தான் உங்கள் உயிரை காப்பாற்றியிருக்கிறார்.'

தொண்டை அடைந்த குரலில் மஜும்தார் அவரைக் கேட்டார் 'அது விபத்தில்லை என்றா சொல்கிறீர்கள்?' லக்ஷ்மண் பட்டாச்சார்யா தலையை ஆட்டினார். பின்பு ஒரு பீடாவை எடுத்துப் போட்டுக் கொண்டு சொன்னார். 'இல்லை. நான் பார்த்த வரையில் யாரோ உங்களை மலையிலிருந்து கீழே தள்ளினார்கள். அதிலிருந்து உயிர் பிழைப்பதற்கான வாய்ப்பே இல்லை. அந்த இடத்திலேயே நீங்கள் இறந்து போகவில்லை என்பது உண்மையில் ஒரு அதிசயம் என்பதைத் தவிர வேறெதுவும் இல்லை.'

அவசர குடுக்கையாக லால்மோகன் பாபு கேட்டார். 'அப்படியானால் யார் அவரை மலையிலிருந்து தள்ளினார்கள்?'

பட்டாச்சார்யா மிண்டும் தலையை அசைத்துவிட்டுச் சொன்னார் 'மன்னிக்க வேண்டும் என்னால் அதைச் சொல்ல முடியாது. அவரை தள்ளிவிட்டவரை என்னால் பார்க்க முடியவில்லை. அவரைப் பற்றி விவரித்தாலோ அல்லது ஏதாவதொரு பெயரை உங்களிடம் சொன்னாலோ அது முற்றிலும் பொய்யான ஒன்றாகத்தான் இருக்கும். அவ்வாறு பொய் சொன்னதற்காக எனக்கு தண்டனையும் கிடைக்கும் இல்லை. நான் பார்க்காத ஒரு காட்சியை என்னால் உங்களுக்கு விவரிக்க முடியாது.'

கையை நீட்டியபடியே பிலாஸ் மஜும்தார் 'கையைக் கொடுங்கள் சார்!' என்றார் ஒரு நொடிக்குப் பிறகு தேர்ந்த புகைப்படக்கலைஞரும் ஜோசியரும் மிகுந்த நட்புரிமையுடன் கைகுலுக்கிக் கொள்வதைக் காண முடிந்தது.

அதன் பிறகு நாங்கள் அங்கிருந்து கிளம்பினோம்.

லால் மோகன் பாபுவை பார்த்து ஃபெலுடா கேட்டார். இதை என்னவென்று சொல்வீர்கள்? ஐந்து நட்சத்திர அந்தஸ்தா? அல்லது ஆறு நட்சத்திர அந்தஸ்தா?

அப்போது நாங்கள் மஜும்தாரின் அழைப்பிற்கிணங்க ரயில்வே ஓட்டலில் இரவு உணவு சாப்பிட்டுக் கொண்டிருந்தோம். சாகரிகாவை விட்டு வெளியே வந்ததுமே அவர் சொன்னார். 'நான் உங்களுக்கு மிகவும் கடமைப்பட்டிருக்கிறேன். நீங்கள் மட்டும் சொல்லாமல் இருந்திருந்தால் லக்ஷ்மண் பட்டாச்சார்யாவின் பெயரையே நான் கேள்விப்பட்டிருக்க மாட்டேன். அவர் சொன்னது எனக்குள் இருந்த எண்ணற்ற சந்தேகங்களை போக்கிவிட்டது என்றே கூற வேண்டும். மிஸ்டர். சென்னின் அறைக்குள் அன்று இரவு நான் நுழைந்தபிறகு என்ன நடந்தது என்பதைப் பற்றிய ஒரு சில விவரங்களும் கூட கூறலாம். எனது ஓட்டலில் இரவு உணவு அருந்த வருவீர்களானால் எனக்கு மிகவும் மகிழ்ச்சியாக இருக்கும்.'

லால்மோகன் பாபு தாராள மனத்துடன் ஒப்புக் கொண்டார். 'ஒரு ரயில்வே ஓட்டலில் உணவு இவ்வளவு அருமையாக இருக்கும் என்று நான் நினைத்துக்கூட பார்க்கவில்லை. டிரெயினில் கொடுக்கிறார்களே அதைப் போல் எந்த வித சுவையின்றி இருக்கும் என்றுதான் நான் நினைத்தேன். இப்போது எனக்கு புரிந்து விட்டது. மிக்க நன்றி' என்றார் அவர்.

பிலாஸ் மஜும்தார் சிரித்துக் கொண்டே சொன்னார். 'சூஃப்பிள் எடுத்துக் கொள்ளுங்கள்'

'என்னது சூப் ஆ? நான் ஏற்கனவே சூப் சாப்பிடுவிட்டேனே!'

'இல்லையில்லை சூஃப்பிள் என்றால் சூப் இல்லை. அது உணவிற்கு பிறகு வழங்கும் ஒரு வகை இனிப்பு'

'ஓ அப்படியா?'

நாங்கள் இனிப்பை சுவைத்துக் கொண்டிருந்த போதுதான் தனக்கு அந்த நினைவு மீண்டும் எப்படி திரும்பியது என்பதைப் பற்றி மஜும்தார் எங்களிடம் சொன்னார்.

'வேறு ஒருவரின் அறைக்குள் நுழைந்தது பற்றி நான் மிகவும் வெட்கப் பட்டேன் என்றாலும் நான் அங்கே பார்த்தது எதுவும் சந்தேகம் அளிப்பதாக இருக்கவில்லை என்றுதான் கூற வேண்டும். சென் அடுத்த நாள் போக்ராவிற்கு போவதாக இருந்தது. தன்னோடு வருமாறு அவர் என்னையும் அழைத்தார். நான் எதிர்பார்த்துக் கொண்டிருந்த ஜப்பானிய குழு இன்னும் மூன்று நாட்களுக்குப் பிறகுதான் வந்து சேரும். அதுவரையில் எனக்கு வேறு வேலை எதுவும்இல்லை. எனவே அவரது அழைப்பை நான் ஏற்றுக் கொண்டேன். போக்ரா காத்மாண்டுவிலிருந்து 200 கி.மீதூரத்தில் இருந்தது. ஒரு காட்டின் வழியாகத்தான் நாங்கள் செல்ல வேண்டியிருந்தது. சென் வண்டியை அங்கே நிறுத்தும்படி டிரைவரிடம் கூறினார். வண்ண மயமான காட்டுப் பூக்களை காண வேண்டும் என்றுதான் அவர் வண்டியை நிறுத்தினார். பூக்கள் எதையும் பார்க்க முடியாவிட்டாலும் ஏதாவது பறவைகளை காண வாய்ப்பிருக்கும் என்ற எண்ணத்துடன் நானும் வண்டியிலிருந்து இறங்கிக் கொண்டேன். கேமராவையும் எடுத்துக் கொண்டேன் என்றும் நினைவிருக்கிறது. பூக்களை தேடி அவர் ஒரு பக்கமாக போனார். நான் பறவைகளை தேடி எதிர்ப்பக்கமாகப் போனேன். ஒரு மணி நேரத்தில் வண்டிக்கு திரும்புவது என்று எங்களுக்குள் முடிவு செய்து கொண்டோம். மரங்களை அதன் கிளைகளை உற்றுப் பார்த்தவாறே நான் நடக்கத் துவங்கினேன். ஏதாவது பறவை கண்ணில் தென் படுகிறதா என்பதில்தான் எனது கவனமெல்லாம் இருந்தது. திடீரென்று நான் எதிர்பாராதவகையில் யாரோ என் தலையில் தாக்குவதை உணர்ந்தேன். அதன் பிறகு எல்லாமே கும்மிருட்டுதான்!'

அவர் பேச்சை நிறுத்தினார். அதன் பிறகு என்ன நடந்தது என்று நாங்கள் ஏற்கனவே கேட்டிருந்தோம்.

'உங்களை யார் தலையில் தாக்கினார்கள் என்று இன்னமும் கூட உங்களால் நிச்சயமாக கூற முடியாதா? என்று கேட்டார் பெலுடா.

'இல்லவே இல்லை. ஆனால் ஒன்று மட்டும் எனக்கு நிச்சயமாகத் தெரியும். ஒரு கிலோ மீட்டர் தூரத்தில்

சாலையில்தான் எங்கள் கார் நின்றிருந்தது. அந்தக் காட்டிலும் வேறு எவரையும் நான் பார்க்கவில்லை.'

'மிஸ்டர் சென்தான் குற்றவாளி என்றால் அதை நிரூபிப்பதற்கு உங்களிடம் எந்தவிதமான சாட்சியமும் இல்லை. அப்படித்தானே?'

'இல்லை. என்னிடம் எந்தவித ஆதாரமும் இல்லை என்றுதான் நினைக்கிறேன்.'

ஏதோ மனதிற்குள் ஆட்டிப் படைப்பதைப் போல லால்மோகன் பாபு கொஞ்சம் பொறுமையிழந்தவராக தென்பட்டார். மனதில் இருப்பதை வெளியே கொட்டிவிட இப்போது முனைந்தார் அவர்.

அவர் சொன்னார். 'இதோ பாருங்கள் நீங்கள் நேராகப் போய் துர்கா காதி சென் ஐ பார்க்கலாமே? உண்மையிலேயே உங்களை கொல்ல முயன்றது அவர்தான் என்றால் உங்களை பார்த்தால் ஒரு பேயை பார்ப்பது போல் பயப்படமாட்டாரா? நிச்சயமாகவே அதுவே அவரை காட்டிக் கொடுத்து விடும் இல்லையா?'

'நீங்கள் சொல்வது சரிதான். நானும்கூட அப்படிச் செய்ய வேண்டும் என்றுதான் நினைத்தேன் என்றாலும் அதிலும் ஒரு சிக்கல் இருக்கிறது. அவர் முதலில் என்னை பார்த்தபோது நான் தாடி வைத்திருக்கவில்லை எனவே என்னைப் பார்த்தவுடனேயே அவரால் அடையாளம் காண முடியாமல் போனாலும் போகலாம்.'

நாங்கள் சற்று நேரம் பேசிக் கொண்டிருந்துவிட்டு புறப்பட்டோம். மஜும்தார் எங்களை வழியனுப்புவதற்காக மெயின்கேட் வரை வந்தார். நாங்கள் கிளம்பினோம் வானம் மிகத் தெளிவாக இருந்தது. நிலவும் மேலே வந்திருந்தது. பெலுடா அவரது பாக்கெட்டில் மிகச் சிறந்தொரு டார்ச் ஐ வைத்திருந்தார் என்றாலும் நிலவொளி நன்றாகவே இருத்ததால் அதைப் பயன்படுத்த வேண்டிய அவசியம் ஏற்படவில்லை.

நாங்கள் மறுபக்கத்திற்குச் சென்று கடற்கரை ஓரமாக போடப்பட்டிருந்த சாலையில் நடக்கத் துவங்கினோம். ஒரு சில நிமிடங்களுக்குப் பிறகு லால்மோகன் பாபு கேட்டார். 'ஃபெலு பாபு! உண்மையைச் சொல்லுங்கள். லக்ஷ்மண் பட்டாச்சார்யாவைப் பற்றி நீங்கள் என்ன நினைக்கிறீர்கள்? உண்மையிலேயே அவர் செய்வது நம்பமுடியாத படிதானே இருக்கிறது?'

'நம்பமுடியாத ஒன்றாக இருக்கலாம் லால்மோகன் பாபு. ஆனால் அவருக்கு இருக்கும் அறிவு போதுமானதல்ல. தன்னை

கொல்ல முயன்றது யார் என்பதை பிலாஸ் மஜும்தார் தெரிந்து கொள்ள விரும்பினால் அவர் என்னிடம்தான் வர வேண்டும். அந்த உண்மையை ஃபெலு மூளையால் மட்டுமே வெளிக் கொண்டுவர முடியுமே தவிர, வேறு யாரோ ஒருவரின் அமானுஷ்ய சக்தியால் அல்ல.'

ஆர்வத்தில் பளிச்சிட்ட விழிகளுடன் லால்மோகன் பாபு கேட்டார். 'அப்படியென்றால் நீங்கள் இதை விசாரிக்கப் போகிறீர்களா என்ன?' இதற்கு பதிலளிக்க ஃபெலுடா வாயைத் திறந்தார். அதற்குள் எங்களை நோக்கி வேகமாக வந்து

கொண்டிருந்த ஒரு மனிதரின் மேல் எங்கள் பார்வை விழுந்தது. அவர் நடந்து வரும்போதே தரையை அவ்வப்போது பார்த்து ஏதோ தனக்குள் முணுமுணுத்துக் கொண்டே வந்தார். எங்களை நோக்கி வந்தவர் மிஸ்டர் ஹிங்கோரானிதான்.

எங்களை பார்த்ததும் அவர் நடப்பதை நிறுத்தி விட்டார். பின்பு ஃபெலுடாவை பார்த்து ஒரு விரலை அசைத்தபடியே 'உங்களைப் போன்ற வங்காளிகள் எல்லாம் மிகவும் பிடிவாதக் காரர்கள்தான்!' எதனாலோ மிகவும் பாதிக்கப்பட்டவரைப்போல் அவரது பேச்சு இருந்தது.

ஃபெலுடா சிரித்தவாறே கேட்டார். 'ஏன் உங்களுக்கு எரிச்சலூட்டும்படி நாங்கள் என்ன செய்து விட்டோம்?'

'அந்த ஆள் மறுத்துவிட்டார். நான் 25 ஆயிரம் ரூபாய் கொடுப்பதாகக் கூறினேன். அப்போதும் கூட அந்த ஆள் முடியாது என்று கூறிவிட்டான்.'

'என்ன, இவ்வளவு ஆசை காட்டியும் கூட அதற்கு மயங்காத ஒரு ஆள் இந்த உலகத்தில் இருக்கிறாரா என்ன?'

'அவர் ஒரு பைத்தியக்காரன்தான். அவர் சேகரித்து வைத்திருக்கும் ஓலைச் சுவடிகளைப் பற்றி நான் கேள்விப்பட்டேன். எனவே அவரைப் போய் சந்திப்பதற்காக ஏற்பாடும் செய்தேன். உங்களிடம் உள்ள விலை மதிப்பற்ற பொருளை எனக்குக் காட்டுங்கள் என்றேன். அவர் அந்த அலமாரியைத் திறந்து 12 ஆம் நூற்றாண்டைச் சேர்ந்த ஓர் ஓலைச் சுவடியை எடுத்துக் காட்டினார். அது உண்மையிலேயே மிகமிக அற்புதமான ஒரு பொருள்தான் என்பதில் சந்தேகமே இல்லை. எங்கிருந்தாவது அது திருடிக் கொண்டுவரப்பட்டதா என்று கடவுளுக்கு மட்டும்தான் தெரியும். போன வருடம் பட்காவ்னில் உள்ள அரண்மனை மியூசியத்தில் இருந்து மூன்று பழைய ஓலைச் சுவடிகள் திருடு போனது. அதில் இரண்டு மீட்கப்பட்டு விட்டது என்றாலும் மூன்றாவது ஓலைச் சுவடி இன்னும் கண்டுபிடிக்கப்படாமல்தான் உள்ளது. ப்ராக்ய பரமிதா எழுதிய நூல்களில் ஒன்றுதான் அந்த மூன்றாவது ஓலைச்சுவடி. அப்படியானால் நான் இப்போது பார்த்தது திருடப்பட்ட அந்த ஓலைச் சுவடியாகக் கூட இருக்கலாம்.'

'பட்காவ்ன் எங்கே இருக்கிறது?' என்று கேட்டார் லால்மோகன் பாபு. நானும் கூட அந்தப் பெயரை இதுவரை கேள்விப்பட்டதே இல்லை.

'காத்மாண்டுவிலிருந்து 10 கிலோமீட்டர் தொலைவில் உள்ளது. அது மிகப் பழமையானதொரு நகரம். பக்தபூர் என்றும் கூட அதை அழைப்பதுண்டு.'

'என்றாலும் திருடப்பட்ட ஓலைச்சுவடியாக அது இருந்தால் அவர் அதை உங்களுக்கு காட்டியிருக்க மாட்டார். அல்லவா? எனக்குத் தெரிந்தவரையில் ப்ராக்ய பரமிதா எழுதிய ஓலைச் சுவடிகள் ஏராளமாக இருக்கின்றன' என்றார் ஃபெலுடா.

பொறுமையிழந்த குரலில் ஹிங்கோரானி சொன்னார். 'தெரியும் தெரியும். எனக்கும் தெரியும். அவர் அதை தர்மசாலாவில் வாங்கியதாகக் கூறினார். தலாய் லாமாவுடன் அது இந்தியாவிற்கு வந்தது என்றும் கூறினார். அதற்கு அவர் கொடுத்த பணம் எவ்வளவு தெரியுமா வெறும் ஐந்நூறு ரூபாய்தான். ஆனால் நான் அவருக்கு 25 ஆயிரம்ரூபாய் தருவதாக கூறினேன். கொஞ்சம் கற்பனை செய்துதான் பாருங்களேன்.'

'அப்படியென்றால் நீங்கள் பூரிக்கு வந்தது வீணாகிப் போனது என்றா கூறுகிறீர்கள்?'

'இல்லை. நான் ஒன்றும் அவ்வளவு சுலபமாக எதையும் விட்டுவிடுவதில்லை. இந்த மஹேஷ் ஹிங்கோரானியையைப் பற்றிய அந்த சென்னுக்குத் தெரியாது. 15 ஆம்நூற்றாண்டில் எழுதப்பட்ட இன்னுமொரு ஓலைச்சுவடியையையும்கூட அவர் எனக்குக் காட்டினார். இன்னும் ஒரு சில நாட்கள் நான் இங்குதான் இருப்பேன். என்னதான் நடக்கிறது என்றுபார்க்கலாம். சாதாரணமாக நான் இல்லை என்ற வார்த்தையை கேட்க விரும்புவதில்லை. நல்லது. உங்கள் எல்லோருக்கும் எனது இரவு வணக்கங்கள்!'

ஹிங்கோரானி அவர் தங்கியிருந்த ஓட்டலை நோக்கி நடக்கத் துவங்கினார்.

'கொஞ்சம் சந்தேகப்படுகிற மாதிரிதான் இருக்கிறது. இல்லையா?' என்று கேட்டார் லால்மோகன் பாபு.

'எது?'

'வெறும் 500 ரூபாய்க்கு வாங்கிய ஒரு பொருளை 25 ஆயிரத்துக்குக் கூட விற்பதற்கு தயாராக இல்லாதைத்தான் சொல்கிறேன்.'

'ஏன் பேராசை இல்லாமல் யாரும் இருக்க முடியாது என்றா நினைக்கிறீர்கள்? உங்களுக்கு தெரியுமா இதே துர்கா காதி

சென்னுக்கு தான் சேகரித்து வைத்திருக்கும் ஓலைச் சுவடிகளை சித்து சித்தப்பா விற்க மறுத்துவிட்டார்!'

'ஏன் சென் இதைப் பற்றி சொல்லவே இல்லையே?'

'அதுதான் எனக்கும் சந்தேகத்தை ஏற்படுத்துகிறது அதுவும் ஒரு வருடத்திற்கு முன்னால்தான் அவர் சித்து சித்தப்பாவை வந்து சந்தித்தார்.'

சென் விசித்திரமானவராக மட்டுமின்றி கொஞ்சம் மர்மமான மனிதராகவும் எனக்குத் தோன்றினார். பிலாஸ் மஜூம்தார் சொன்னதெல்லாம் உண்மையாக மட்டும் இருந்தால்....

ஃபெலுடா தொடர்ந்து சொன்னார். 'சென் மீது மட்டுமே எனக்கு சந்தேகம் ஏற்படவில்லை. உங்கள் ஜோசியரையே எடுத்துக் கொள்ளுங்களேன். அவர் நம்மிடம் சொன்ன மூன்று கண் உள்ள ஊர்ந்து செல்லும் உயிரினத்தின் பெயர் தாராதுவா இல்லை. அதன் பெயர் துவாதாரா. அது இருக்குமிடமும் நியூகினியாவில் அல்ல; நியூசிலாந்தில். ஜடாயு வேண்டுமானால் இது போன்ற தவறுகளை செய்யலாம். இது போன்ற தகவல்களை வைத்துக் கொண்டு மக்களை கவர்ந்திழுப்பதையே தனது வாழ்க்கையின் நோக்கமாக லக்ஷ்மண் பட்டாச்சார்யா கொண்டிருந்தார் என்றால் அவர் சொல்வது மிகவும் துல்லியமானதாக இருக்க வேண்டும். அது போலத்தான் அந்த நிஷித் போஸூம். அவருக்கு ஒட்டுக்கேட்பதே பெரிய வேலையாக இருக்கிறது. சென்னுக்கு மூட்டுவலி என்று அவர் சொன்னார். ஆனால் அவரது அறையில் இருக்கும் மருந்துகளோ மூட்டு வலிக்கான மருந்துகளே அல்ல.'

'அப்படியென்றால் அவை எந்த நோய்க்கான மருந்துகள்.'

'அவற்றில் ஒரு மருந்து போன வருடம்தான் அறிமுகமானது. அதைப் பற்றி டைம் இதழில் கூட நான் படித்த ஞாபகம். அது எந்த நோய்க்கான மருந்து என்பது எனக்கு உடனடியாக நினைவிற்கு வரவில்லை என்றாலும் நிச்சயமாக அது மூட்டுவலிக்கான மருந்து அல்ல.'

இதற்குள் நான் குறுக்கிட்டேன். 'இன்னுமொரு விஷயமும் இருக்கிறது. சென் எப்போதுமே ஏதோ யோசனையில் ஆழ்ந்தவரைப் போலத்தான் காணப்படுகிறார். அப்படி என்னதான் யோசிக்கிறார் என்றுதான் புரியவில்லை. அதுபோக தனது மகனையே தெரியாது என்று ஏன் சொன்னார்?'

'எனக்கும் தெரியவில்லை. அதுவும் கூட எனக்கு விசித்திரமாகத்தான்படுகிறது.'

லால்மோகன் பாபு மெதுவாக ஆரம்பித்தார். 'பிலாஸ் மஜும்தாரை கொல்வதற்கு அவர் முயற்சித்தார் என்றால் சென் ஆழ்ந்த யோசனையில் இருப்பதற்கு அதுவும் கூட காரணமாக இருக்கக்கூடும். ஒரு வேளை அவர் கவலையில் கூட ஆழ்ந்திருக்கலாம். ஒரு வேளை...'

அவர் பேச்சை நிறுத்தினார். நாங்களும்தான். நாங்கள் எல்லோருமே தரையை உற்றுப் பார்த்தோம்.

மணலில் காலடித் தடங்கள் தென் இடது புறத்தில் கைத்தடி வைத்து நடந்து சென்ற தடயம்தெரிந்தது. அவை கடந்த ஒரு சில மணி நேரங்களில் உருவான காலடித் தடங்களாகத்தான் இருக்க வேண்டும்.

இது போல் கைத்தடியை பயன்படுத்தும் வாய்ப்புள்ள பிலாஸ் மஜும்தாரும் கூட லக்ஷ்மண் பட்டாச்சார்யாவின் வீட்டிலிருந்து நேராக அவரது ஓட்டலுக்குச் சென்றுதான் எங்களுக்காக காத்திருந்திருக்க வேண்டும். இந்த வழியாக அவர் நடந்து வந்திருக்க முடியாது.

அப்படியானால் இந்த காலடித் தடங்களை விட்டுச் சென்றது யார்?

இடது கையில் கைத்தடி வைத்தபடி பூரி கடற்கரையில் வேறு யார் நடந்து போயிருப்பார்?

ஏழு

அடுத்த நாள் காலைச் சிற்றுண்டிக்குப் பிறகு நாங்கள் வெளியே கிளம்ப திட்டமிட்டபோதுதான் லால் மோகன் பாபுவின் கார் வந்து சேர்ந்தது. பாலாசூரில் தொடர்ச்சியாக பெய்த மழையின் காரணமாக அங்கேயே நான்கு மணி நேரம் நின்ற வர வேண்டியதாயிற்று என்றும் இல்லையென்றால் சீக்கிரமாக பூரி வந்து சேர்ந்திருக்க முடியும் என்றும் டிரைவர் எங்களிடம் தெரிவித்தார்.

நாங்கள் தங்கியிருந்த நீலாச்சல் ஓட்டலில் அறைகள் அனைத்தும் நிரம்பியிருந்ததால் டிரைவருக்கு நியூ ஓட்டலில் அறை ஏற்பாடு செய்திருந்தோம். அது நாங்கள் தங்கியிருந்த ஓட்டலிலிருந்து ரொம்பவும் தூரத்தில் இல்லை. டிரைவர் வண்டியை நாங்கள் தங்கியிருந்த ஓட்டலிலேயே நிறுத்திவிட்டு அவரது அறையைத் தேடிச் சென்று விட்டார். பருவநிலை சரியாக இருந்தால் நாங்கள் புவனேஸ்வருக்கு சென்று வரக்கூடும் என்று அவரிடம் கூறினோம்.

ஸ்டேட்ஸ்மென் பத்திரிக்கை வாங்குவதற்காக ஸ்டேஷனுக்கு போக வேண்டும் என்று விரும்பினார் பெலுடா. ஓட்டல் நிர்வாகம் வழங்கி வந்த வங்காளி தினசரி அவருக்கு திருப்தி அளிப்பதாக இல்லை.

ஸ்டேஷனுக்கு நடந்து செல்ல எங்களுக்கு அரை மணி நேரம் ஆயிற்று. நாங்கள் அங்கே போய் சேர்ந்தபோது மணி எட்டே முக்கால். கல்கத்தாவிலிருந்து வரும் ஜகன்னாத் எக்ஸ்பிரஸ் ஏழு மணிக்கு வந்து சேர்ந்திருந்தது. ஒரு மணிநேரம் கால தாமதமாக வந்து கொண்டிருந்த பூரி எக்ஸ்பிரஸ் எந்த நேரமும் வந்து சேரும் என்று எதிர்பார்க்கப்பட்டது. ரயில்வே ஸ்டேஷன்களுக்கு சென்று

வருவதை நான் மிகவும் விரும்புவதுண்டு. சத்தமற்ற அமைதியான ஒரு இடம் ஒரு ரயில் வண்டி வந்து நின்றவுடன் எப்படி உயிர்பெற்று செயல்படத் துவங்குகிறது என்பதே பார்ப்பதே ஒரு தனி அனுபவம்தான்.

புத்தகசாலை எங்கே இருக்கிறது என்பதை லால்மோகன் பாபுதான் கண்டு பிடித்தார். கடையில் இருந்தவரிடம் புகழ்பெற்ற எழுத்தாளர் ஜடாயு எழுதிய நூல்கள் ஏதாவது உங்களிடம் இருக்கிறதா என்ற கொஞ்சம் தோரணையுடனேயே கேட்டார் அவர். அப்படி கேட்டிருக்க வேண்டிய அவசியமே இல்லை. ஏனென்றால் அவர் எழுதியநூல்களில் குறைந்தது மூன்றாவது நன்கு பார்வையில் படும்படி வைக்கப்பட்டிருந்ததை என்னால் காண முடிந்தது. ஃபெலுடா அவருக்கு பிடித்தமான நாளிதழை வாங்கிவிட்டு அங்கிருந்த புத்தகங்கள் சிலவற்றை புரட்டத் துவங்கினார். சரியாக அந்த நேரத்தில்தான் ஒரு குரல் கேட்டது. 'சமீபத்திய மர்ம நாவல் வந்து விட்டதா?' என்ற குரல் கேட்டு நான் திரும்பிப் பார்த்தால் அங்கே நிஷித் போஸ் நின்று கொண்டிருந்தார். முதலில் அவர் எங்களை கவனிக்கவில்லை போலும். என்றாலும் எங்களை பார்த்தவுடனே வாய் நிறைய புன்னகைத்தார். 'கொஞ்சம் கூட நம்பவே முடியவில்லை. நான் மர்ம நாவலை வாங்க வந்தால் அங்கே மர்மங்களை அவிழ்க்கும் துப்பறியும் நிபுணர் நின்று கொண்டிருக்கிறார். என்ன ஆச்சரியம்!' என்றார் அவர்.

'உங்கள் எஜமானர் எப்படி இருக்கிறார்?' என்று கேட்டார் பெலுடா.

'பெரும் நெருக்கடியில்தான் இருக்கிறார். எந்த வித முன் அனுமதியுமின்றி ஆட்கள் வந்த நின்று, அவரை சந்திக்க ஏற்பாடு செய்யுமாறு என்னை கெஞ்சுகிறார்கள். அந்த பழைய ஓலைச் சுவடிகள் மீது இவ்வளவு பேருக்கு ஆர்வமிருக்கும் என்று யாருக்குத் தெரியும்?'

'ஏன் அப்படிச் சொல்கிறீர்கள் வேறு யார் வந்தார்கள்?'

'அவர் பெயர் தெரியாது. தாடி வைத்து, கறுப்புக் கண்ணாடி அணிந்திருந்தார். மிஸ்டர் சென்னுக்கு அவரை முன்பின் தெரிந்திராத நிலையில் பெயரை சொல்வதில் அர்த்தமில்லை என்று கூறிய அவர், ஓலைச் சுவடிகளை விற்பதற்கு தயாராக உள்ள ஒருவரை தனக்குத் தெரியும் என்றும் சொல்லிக் கொண்டார். எனவே நான் போய் மிஸ்டர் சென்னிடம்

தெரிவித்தேன். அவரும் 'பரவாயில்லை மாடிக்கு அழைத்து வா' என்றார். நான் அவரை உள்ளே அனுப்பிவிட்டு ஒரு சில கடிதங்களை டைப் செய்வதற்காக எனது அறைக்குச் சென்று விட்டேன். ஒரு சில நிமிடங்களுக்குள்ளாகவே மிஸ்டர் சென் என்னை அழைக்கும் குரல் கேட்டது. நான் ஓடிப்போய் என்ன விஷயம் என்று பார்க்கப்போனேன். அவர் அங்கே முகம் வெளுத்துப் போய் மிகுந்த பதற்றத்துடன் கிட்டத்தட்ட மாரடைப்பு வந்தவரைப் போல காணப்பட்டார். 'இந்த ஆளை உடனடியாக இங்கிருந்து அழைத்துப்போ!' என்று மட்டும்தான் அவரால் சொல்ல முடிந்தது. எனவே அந்த நபரை உடனடியாக படிக்கட்டை நோக்கி அழைத்துச் சென்றேன். கீழே இறங்குவதற்கு முன்னால் அவர் சொன்னவார்த்தை இருக்கிறதே ஆனாலும் திமிரான வார்த்தைதான். 'உன் எஜமானரின் இதயம் ஒன்றும் அவ்வளவு திடமாக இல்லை போல் இருக்கிறது! எதற்கும் அவரை ஒரு மருத்துவரிடம் அழைத்துச் சென்று காண்பித்துவிடு!' உங்களால் நம்ப முடிகிறதா?

'அவர் இப்போது எப்படி இருக்கிறார்?'

'மிக நன்றாகவே இருக்கிறார்' என்று சொன்ன மிஸ்டர் போஸ் கடிகாரத்தைப் பார்த்துவிட்டு பதற்றமடைந்தார். 'அடக் கடவுளே! ஏற்கனவே நேரமாகி விட்டது என்பதை நான் கவனிக்கவே இல்லை. நான் உடனடியாக போக வேண்டும். இன்னும் சில நாட்கள் நீங்கள் இங்கே தங்கியிருப்பீர்கள் அல்லவா? ஒரு நாள் உங்களுக்கு எல்லாவற்றையும் கூறுகிறேன் சொல்வதற்கு நிறைய விஷயங்கள் என்னிடம் இருக்கிறது. நல்லது. நான் புறப்படுகிறேன்!'

நாங்கள் பேசிக் கொண்டிருந்த போதே பூரி எக்ஸ்பிரஸ் வந்திருந்தது. வண்டியின் கார்ட் விசில் ஊத வண்டிபிளாட்பார்மை விட்டு கிளம்பியது. அந்த மக்கள் கூட்டத்திற்கிடையே போஸ் மறைந்து போனார்.

புத்தகக் கடையில் புத்தகம் ஒன்றை தேர்ந்தெடுத்த பெலுடா அதற்கான பணத்தை எடுத்துக் கொடுத்தார். அவர் தோள் வழியாக என்ன புத்தகம் என்று பார்த்தேன். நேபாள சுற்றுலாவிற்கான வழிகாட்டி என்பதுதான் அந்தப் புத்தகத்தின் பெயர். நாங்கள் ஓட்டலுக்குத் திரும்பிப்போகும் வழியில் ஃபெலுடா சொன்னார். 'நீயும் லால்மோகன் பாபுவும் இன்றைக்கே புவனேஸ்வர் சென்று வருவதுதான் சரியாக இருக்கும் என்று

நினைக்கிறேன். நான் இங்கேயே இருப்பது நல்லது என்று ஏதோ எனக்குத் தோன்றுகிறது. அவ்வளவு சீக்கிரமாக எதுவும் நடந்துவிடும் என்று எனக்குத் தோன்றவில்லை. என்றாலும் ஏதோ ஒருவித அறிகுறி தென்படுகிறது. அது எனக்கு விருப்பமானதாகவும் இல்லை. அது போக ஒரு சில விஷயங்களை நான் தெளிவுபடுத்திக் கொள்ளவும் வேண்டியிருக்கிறது. காத்மாண்டுவிற்கு போன் செய்ய வேண்டும். வெகுதூரம் இறங்கிப் போவதற்கு முன்னால் எல்லா விஷயங்களையும் சரி செய்து கொள்வதுதான் பொருத்தமாக இருக்கும்' என்றார் அவர்.

ஃபெலுடாவின் தற்போதைய மனநிலை நான் நன்றாக அறிந்த ஒன்றுதான். அவர் முற்றிலுமாக தன்னை விலக்கிக் கொள்வதோடு, பேசுவதையும் சுத்தமாக நிறுத்திக் கொண்டு விடுவார். அவர் தனது அறைக்குத் திரும்பிச் சென்று மல்லாக்க படுத்தபடி மேற்கூரையையே உற்றுப் பார்த்துக் கொண்டிருப்பார். முன்பெல்லாம் நானும் கவனித்திருக்கிறேன். அவர் இவ்வாறு செய்யும்போது ஒரு முறைகூட கண்ணை அமைக்காமல் மூன்று நான்கு நிமிடங்களுக்கு கூரையையே பார்த்துக் கொண்டிருப்பார். இது போன்ற நேரங்களில் நானும் லால்மோகன் பாபுவும் அவரை தனியாக விட்டுவிடுவதோ அல்லது எங்களுக்குள் ரகசியமாக பேசிக் கொள்வதோ வழக்கம். இங்கேயே இருந்தபடி ஃபெலுடா எப்போது தன் மௌனத்தை கலைப்பார் என்று காத்துக் கொண்டிருப்பதை விட புவனேஸ்வருக்கு போய்வருவது நல்லதாக இருக்கும் என்றுதான் நான் நினைத்தேன். எவ்வளவு சீக்கிரம் முடியுமோ அவ்வளவு சீக்கிரம் நாம் கிளம்புவது நல்லது என்பதை தெரிவிக்கும் வகையில் லால்மோகன் பாபுவை பார்த்து நான் தலையை அசைத்தேன்.

நாங்கள் ஓட்டலை அடைந்த போதுதான் மஜும்தார் வெளியே வருவதைப் பார்த்தோம்.

உங்களை பார்த்து விட்டதில் எனக்கு மிக்க மகிழ்ச்சி. ஒரே ஒரு நிமிடம் கழித்து நீங்கள் வந்திருந்தாலும் கூட நான் உங்களை தவறவிட்டிருப்பேன் என்று வியப்புடன் கூறினார் அவர்.

'நாம் மேலே போகலாம்!'

மஜும்தார் எங்கள் அறைக்குள் நுழைந்து அமர்ந்தபடியே முகத்தை துடைத்துக் கொண்டார். பெரும் புன்னகையுடன் லால் மோகன் பாபு அவரைப் பார்த்து கேட்டார். 'எனது ஆலோசனைப்படியே நடந்து கொண்டீர்கள் அப்படித்தானே?'

'ஆமாம். நீங்கள் சொன்னது போலவேதான் மிஸ்டர் செனன் நடந்து கொண்டார். ஏதோ பேயைப் பார்த்தது போல் என்னைப் பார்த்ததும் அவர் திடுக்கிட்டுப் போனார். இந்த அடர்த்தியான தாடி இருந்தும் அவர் எப்படி என்னை அடையாளம் கண்டு கொண்டார்? என்பதுதான் எனக்கு வியப்பாக இருக்கிறது!'

'மிஸ்டர் மஜூம்தார்! உங்களது அடர்த்தியான தாடியாலும் கூட மறைக்க முடியாத விசேஷமான ஒன்று உங்கள் முகத்தில் இருக்கிறது 'என்றார் ஃபெலுடா.

'என்ன அது?'

'உங்கள் மூன்றாவது கண். அதை அவ்வளவு சுலபமாக மறந்துவிட முடியாது.'

'ஆமாம். ஆமாம். நீங்கள் சொல்வது சரிதான். நான் அதை மறந்தே போனேன். எப்படியிருந்தாலும் இன்று விசித்திரமான ஒரு விஷயம் நடந்தது. நான் மிஸ்டர் செனன ஐ பார்க்கும்போது கடந்த சில மாதங்களிலேயே குறைந்தது ஒரு பத்து வயதாவது முதுமை அடைந்தவராக அவர் தோற்றமளித்தார். காத்மாண்டுவில் அவரைப் பார்த்தபோது தோன்றியதைவிட பத்து வயது மூத்தவராகத்தான் அவர் தோன்றினார். அவரை நினைத்து நான் மிகவும் பரிதாபப்பட்டேன். உண்மையிலேயே எனக்கு பரிதாபம்தான் ஏற்பட்டது. இப்போது இந்த விஷயம் அனைத்தையும் என்னால் தூக்கி எறிந்து விட முடியும். உண்மையிலேயே மிஸ்டர் செனன என்னை கொல்ல முயற்சி செய்திருந்தார் என்றால், அதற்கான தண்டனையை அவர் ஏற்கனவே அனுபவித்து விட்டார் என்றதான் நான் நினைக்கிறேன்.'

ஃபெலுடா சொன்னார். நல்லது. 'இதைக் கேட்க மிகவும் சந்தோஷமாகத்தான் இருக்கிறது. எப்படியிருந்தாலும் போதுமான வலுவான ஆதாரம் ஏதுமில்லாமல் நீங்கள் நீண்டதூரம் சென்றிருக்கவும் முடியாது.'

மஜூம்தார் இப்போது எழுந்து நின்று கொண்டு கேட்டார். 'இப்போது உங்கள் திட்டம் என்ன?'

'இவர்கள் இரண்டு பேரும் இன்று புவனேஸ்வர் செல்கிறார்கள். நான் இங்கேயேதான் இருக்கப்போகிறேன்.'

'நானும் நாளைக்கு பூரியை விட்டு கிளம்பலாம் என்றிருக்கிறேன். ஓரிஸாவின் காடுகளை நான் இதுவரை பார்த்ததில்லை. நான் போவதற்கு முன்னால் உங்களை சந்திக்க முயற்சிக்கிறேன்.'

நாங்கள் கிளம்ப பனிரெண்டரை மணி ஆகிவிட்டது. என்றாலும் அன்று பருவநிலை மிகவும் நன்றாகவே இருந்தது. சாலைகளும் மிக நன்றாக இருந்தன. லால்மோகன் பாபுவின் டிரைவர் மணிக்கு 80 கிலோ மீட்டர் வேகத்தில் வண்டியை விரட்டிச் சென்றதால் சரியாக 42 நிமிடத்தில் நாங்கள் புவனேஸ்வரை சென்றடைந்தோம். முதலில் ராஜா ராணி என்று அழைக்கப்பட்ட கோயிலுக்குச் சென்றோம். இந்த கோயிலின் சுவற்றில் செதுக்கப்பட்டிருந்த யக்ஷியின் தலையைத்தான் ஒரு சில ஆண்டுகளுக்கு முன்னால் திருடர்கள் திருடிக் கொண்டு சென்றனர். அதை திரும்பப் பெறுவதற்கு ஃபெலுடா தனது திறமை அனைத்தையும் பயன்படுத்த வேண்டியிருந்தது. இருக்க வேண்டிய இடத்தில் அந்தச் சிலையை மீண்டும் பார்த்தபோது எனக்குள் மயிர்க்கூச் செறிந்தது.

லிங்கராஜ் கேதார் கௌரி முக்தேஸ்வர், பிரம்மேஸ்வர், பாஸ்கரேஸ்வர் என்று ஒரு டஜனுக்கும் மேற்பட்டு பார்க்க வேண்டிய கோயில்கள் இருந்தன. இவை ஒவ்வொன்றையுமே பார்க்க வேண்டும் என்று வற்புறுத்தினார் லால்மோகன் பாபு. ஏனெனில் அவரது ஆசிரியர்களில் ஒருவரும் மிகவும் திறமை மிக்கவருமான வைகுந்த மல்லிக் என்னும் ஆசிரியர் புவனேஸ்வரைப் பற்றி ஒரு கவிதை இயற்றியிருந்தாராம். அந்தக் கவிதை இன்னமும் கூட அவரை பாதித்து வருகிறது என்றார் லால் மோகன்பாபு. 40 க்கும் மேற்பட்ட சுற்றுலாப் பயணிகள் அங்கிருப்பதையும் அதில் பெரும்பாலானவர்கள் வெளிநாட்டைச் சேர்ந்தவர்கள் என்பதையும் பொருட்படுத்தாமல் முக்தேஸ்வர் கோயிலில் நாங்கள் இருக்கும்போது அந்தக் கவிதையை உரக்கக் கூறினார்.

ஒவ்வொரு சிற்பியின்

கதையைச் சொல்கிறது

புவனேஸ்வரின் சுவர்கள்!

மைக்கேல் ஆஞ்சலோ

டாவின்சியைப் போல

இவர்களும் நமது நாட்டின்

பெயர் தெரியாத வீரர்கள்தான்!

என்னால் சொல்லாமலிருக்க முடியவில்லை. 'இந்தக் கவிதை ஒன்றும் அவ்வளவு எதுகை மோனையுடன் இல்லையே என்றேன்.

கொஞ்சம் பெருமையோடு லால் மோகன் பாபு கூறினார். 'இல்லை பையா இல்லை! அது புதுக் கவிதை. அதற்கெல்லாம் எதுகை மோனை தேவையில்லை.'

மாலை சுமார் 7 மணி அளவில் நாங்கள் பூரிக்கு திரும்பி வந்து சேர்ந்தோம். புவனேஸ்வர் அழகான ஒரு இடம்தான். சுத்தமாகவும் ஒழுங்காகவும்தான் இருந்தது. என்றாலும் எனக்கு பூரியைத்தான் அதிகம் பிடித்திருந்தது. அதற்குக் காரணம் அங்கிருந்த கடற்கரைதான். எங்களது நீலாச்சல் ஓட்டலின் வராந்தாவை நாங்கள் அடைந்ததுமே ஓட்டல் மேலாளர் ஷயாம் லால் பாரிக் எங்களை அழைத்தார்.

'மிஸ்டர் கங்குலி உங்களுக்காக ஒரு தகவல் காத்திருக்கிறது!'

நாங்கள் வேகவேகமாக அவரது அறைக்குச் சென்றோம்.

'பத்து நிமிடங்களுக்கு முன்னால்தான் மிஸ்டர் மித்தர் வெளியே புறப்பட்டுப் போனார். உங்கள் அறையில் காத்திருக்கும்படி சொல்லி விட்டுப் போனார்.'

'ஏன்? என்ன நடந்தது?'

'போலீஸ் ஸ்டேஷனிலிருந்து ஃபோன் வந்தது. டிஜி சென் வீட்டில் திருடு போயிருக்கிறது. மிகவும் விலை மதிப்புமிக்க ஓலைச் சுவடியை திருடிச் சென்றிருக்கிறார்கள்.'

இதென்ன விசித்திரம்? ஏதாவது நடக்கக் கூடும் என்று இன்று காலையில்தான் பெலுடா சொல்லிக் கொண்டிருந்தார். இவ்வளவு சீக்கிரமாக இப்படி நடக்கும் என்று யாருக்குத் தெரியும்?

குளித்துவிட்டு ஒரு டீ குடித்ததும் கொஞ்சம் தெம்பு வந்தது உண்மைதான் என்றாலும் வெறுமனே உட்கார்ந்திருக்க என்னால் முடியவில்லை. இப்போது ஃபெலுடா அதிகாரபூர்வமாக தனது விசாரணையை துவக்கி விட்டார். நாங்கள் விடுமுறைக்காக போன இடங்களில் எல்லாம் வழக்கு வந்து சேர்ந்தது போலவே பூரியும் கூட தன் பங்கிற்கு ஒரு மர்மத்தை எங்களுக்கு அளித்திருக்கிறது. ஃபெலுடாவின் திறமை, அவரது கடந்த கால சாதனைகள் எனக்கு தெரியும் என்ற வகையில் பார்க்கும்போது நாங்கள் நம்பிக்கையிழந்து ஊருக்குத் திரும்பிப் போகப் போவதில்லை என்று என்னால் உறுதியாகக் கூற முடியும்.

ஆனாலும் ஃபெலுடாவின் உழைப்பிற்கு ஏதாவது ஊதியம் கிடைக்குமா? என்ற சந்தேகமும் எனக்குள் எழுந்தது. என்ன இருந்தாலும் யாரும் நேரடியாக இந்த வழக்கில் இறங்கும்படி அவரை கேட்டுக் கொள்ளவில்லை என்றாலும் பரவாயில்லை. வழக்கு சவாலான ஒன்றாக இருந்து, அவரது மூளைக்கு நல்ல தீனி போடுவதாக இருந்தால், ஃபெலுடா பணத்தைப் பற்றி கவலைப்படுவதேயில்லை.

'நீ யாரை சந்தேகப்படுகிறாய் தபேஷ்?' என்று கேட்டார் லால் மோகன் பாபு. அவரது அறையிலேயே அடைந்து கிடைக்க இயலாமல் அவர் எங்களது அறைக்கு வந்த கையை பின்னால் கட்டியபடி அங்குமிங்குமாக நடந்தபடிதான் இந்தக் கேள்வியை அவர் எழுப்பினார்.

நான் சொன்னேன். 'உண்மையைச் சொல்வதால் அந்த ஓலைச்சுவடிகளை அணுகக்கூடிய வாய்ப்பு நிஷித் போஸிற்குத் தான் அதிகமாக உள்ளது என்ற வகையில் முக்கியமான சந்தேகம்

என்பது அவர் மீதுதான் விழும். அதே காரணத்தில்தான் அவர் இதைச் செய்திருக்க மாட்டார் என்றும் நான் நினைக்கிறேன். அதுபோக மிஸ்டர் ஹிங்கோரானியும் இருக்கிறார். அவ்வளவு சுலபமாக அதை விட்டுவிடமாட்டேன் என்று அவர் சொல்லவில்லையா? மேலும் கூடுதலாக பிலாஸ் மஜூம்தாரும் இருக்கிறார். பழைய கணக்கை தீர்த்துக் கொள்வதற்காகக் கூட அவர் அந்த ஓலைச் சுவடிகளை திருடியிருக்கலாம். என்ன இருந்தாலும் மறப்போம்! மன்னிப்போம் என்ற உணர்வு அவருக்கு ஏற்படாமலும் கூட இருக்கலாம் என்றாலும் லக்ஷ்மண் பட்டாச்...'

மிகுந்த கிளர்ச்சியுடன் லால்மோகன் பாபு என் பேச்சை இடைமறித்தார். :இல்லையில்லை. தயவு செய்து இந்த விஷயத்தில் லக்ஷ்மண் பட்டாச்சார்யாவை இழுக்காதே. இந்த திருட்டில் அவர் ஈடுபட்டிருக்கவே முடியாது. அதைப் பற்றி அவர் கற்பனை செய்து கூட பார்த்திருக்கமாட்டார். அவரது தனிப்பட்ட திறனை கொஞ்சம் யோசித்துப் பார்.'

'நல்லது. அப்படியானால் இந்த விஷயத்தில் நீங்கள் என்ன நினைக்கிறீர்கள்?'

'உன் பட்டியலில் மிகவும் முக்கியமான ஒருவரின் பெயர் விடுபட்டிருக்கிறது!'

'யார் அது?'

'மிஸ்டர் சென் தான்!'

'என்ன? அவரது சொத்தையே அவர் ஏன் திருட வேண்டும்?'

இல்லை. அவர் எதையும் திருடினார் என்று நான் சொல்லவில்லை. அதாவது இந்த முறை மிஸ்டர் ஹிங்கோரானி சொன்னதைப் போல அந்த ஓலைச்சுவடியும் கூட ஏதோ ஒரு இடத்திலிருந்து திருப்பட்டதுதான். எனவே 25 ஆயிரம்ரூபாய்க்கு மிஸ்டர் சென் அதை அவருக்கு விற்றிருக்கிறார். தன் மீது எந்தவிதமான சந்தேகமும் எழாமல் இருப்பதற்காக ஓலைச்சுவடி திருடுபோய்விட்டது என்று கூறுகிறார். இப்போது யாராவது இந்த குறிப்பிட்ட ஓலைச்சுவடியை கேட்டாலும் கூட தன்னிடம் அது இல்லை என்று அவர் கைவிரிப்பதற்கு இதுவே ஒரு காரணமாகி விடுமல்லவா?'

இது உண்மையாக இருக்கக் கூடுமா? இது கொஞ்சம் கூடுதலான சிந்தனையாகத்தான் தோன்றுகிறது. என்றாலும் அதற்கு மேல் என்னால் யோசிக்க முடியவில்லை. ஏனென்றால்

சரியாக அந்த நேரத்தில்தான் ஓட்டல் பையன் ஒருவன் வந்து 'எங்களுக்கு போன் வந்திருக்கிறது என்று சொன்னான். அநேகமாக அது ஃபெலுடாவாகத்தான் இருக்க வேண்டும். நான் வேகமாக கீழே இறங்கிப் போய் போனை எடுத்தேன்.

'ஹலோ?'

'மிஸ்டர் பாரிக் நான் சொன்ன தகவலை சொன்னாரா?' என்றது ஃபெலுடாவின் குரல்.

'ஆமாம் உங்களால் எதையாவது கண்டுபிடிக்க முடிந்ததா?'

'மிஸ்டர் போஸ் காணாமல் போய்விட்டார்.'

'உண்மையாகவா? அப்படியென்றால் போலீஸுக்கு தகவல் சொன்னது யார்?'

'நான் இன்னும் அரை மணி நேரத்தில் திரும்பி வந்து எல்லாவற்றையும் சொல்கிறேன். புவனேஸ்வர் சுற்றுலா எப்படியிருந்தது?'

'நன்றாகவே இருந்தது.' நான் சொல்லி முடிப்பதற்குள்ளேயே ஃபெலுடா போனை வைத்துவிட்டார்.

நான் அறைக்குத் திரும்பி வந்து லால்மோகன் பாபுவிடம் ஃபெலுடா என்னிடம் கூறியதை தெரிவித்தேன். அவர் தலையை சொறிந்து கொண்டே சொன்னார். 'சம்பவம் நடந்த இடத்தை போய் பார்க்க வேண்டும் என்று விரும்புகிறேன். ஆனால் உன் அண்ணன் அதை விரும்ப மாட்டார் என்றுதான் நினைக்கிறேன்.'

மேலும் அரை மணி நேரம் காத்துக் கொண்டிருந்தோம். என்றாலும் ஃபெலுடா திரும்பி வரவில்லை. சற்று நேரத்திற்குப் பிறகு, சும்மாவேனும் ஒரு முழுக்குடுவை தேநீர் கொண்டு வர உத்திரவிட்டேன். பின்பு எதைச் செய்யக்கூடாது என்று ஃபெலுடா என்னிடம் பல முறை கூறியிருந்தாரோ அதைச் செய்தேன். அப்போதிருந்த மன நிலையில் என்னால் அதைக் கட்டுப்படுத்தவே முடியவில்லை. ஃபெலுடாவின் நீல நிற குறிப்பேட்டைத் திறந்து அவர் அதில் எழுதியிருந்த ஒரு சில குறிப்புகளை படித்தேன்.

-டயாபிட்- மூட்டுவலி- பாம்பு- எது திரும்பி வரும் - அவரது மகனை ஏன் அவருக்குத் தெரியாது - பயமுறுத்தலா யார் - ஏன் கைத்தடியோடு யார் நடந்து போகிறார்கள்?

இவை எதுவுமே எனக்குப் புரியும்படியாக இல்லை. மேலும் இருபது நிமிடம் காத்துக் கொண்டிருந்தோம். அதன் பிறகு

எங்கள் பொறுமையும் எல்லை மீறியது. ஃபெலுடாவைத் தேடி நானும் லால்மோகன் பாபுவும் ஓட்டலை விட்டு கிளம்பினோம். அவர் சாகரிகாவிலிருந்து ஓட்டலுக்குத் திரும்பிவருவதாக இருந்தால் அநேகமாக கடலை ஓட்டி வரும் சாலையின் வழியாகத்தான் அநேகமாக வரக் கூடும் என்று நாங்கள் நினைத்தோம் எனவே ஓட்டலை விட்டு வெளியே வந்ததுமே வலது பக்கம் திரும்பினோம்.

நாங்கள் நடக்கத் துவங்கியதுமே இருட்டில் கடல் எவ்வளவு வித்தியாசமாக இருக்கிறது என்று எனக்குள் தோன்றியது. பகலில் காண்பதைப் போலவேதான் அலைகள் மேலே எழும்பி வேகமாக வந்த ஆர்ப்பரித்து சென்றன. ஆனால் இந்த இருட்டிலோ அது ஒரு விதமான அச்சத்தை ஏற்படுத்துவதாக இருந்தது. தண்ணீரில் கலந்திருந்த பாஸ்பரஸ்தான் இந்த தோற்றத்தை ஏற்படுத்துகிறது. இல்லையென்றால் வானம் மூட்டமாக இருந்த போதிலும் அந்த அலைகள் வேகமாக வந்து கரையை தொட்டுச் செல்வதை என்னால் எப்படி காணமுடியும்? தூரத்தில் வானம் கொஞ்சம் வெளிச்சமாக தெரிந்தது. அநேகமாக நகரத்தின் விளக்கு வெளிச்சத்தால் அப்படி தோன்றியிருக்கலாம். கடற்கரை ஓரத்தில் வரிசையாக மின்னிக் கொண்டிருந்த விளக்குகள் அங்கே மீனவர்களின் குடிசைகள் இருப்பதை பறை சாற்றிக் கொண்டிருந்தன. லால்மோகன் பாபுவிடம் ஒரு டார்ச் இருந்தது. என்றாலும் அதை பயன்படுத்த வேண்டிய தேவை ஏற்படவில்லை. எனது கால்கள் மணலில் புதைந்து கொண்டே வந்தன. லால்மோகன் பாபு டென்னிஸ் ஷூ அணிந்திருந்தார். நான் சாதாரண காலணியைத்தான் அணிந்திருந்தேன். திடீரென்று அதில் ஒன்று எதிலோ மாட்டிக் கொண்டது. நான் சத்தம் போட்டிருக்க வேண்டும். ஏனென்றால் லால்மோகன் பாபு திடீரென்று திரும்பி 'தபேஷ் என்ன ஆயிற்று?' என்று கேட்டது என் காதில் விழுந்தது. ஒரு நொடிக்குப் பிறகு அவரும் என்னைப் போலவே தடுமாறி கீழே விழுந்து என்னோடு சேர்ந்து கொண்டார். 'கரகரத்த குரலில்! உதவி! உதவி' என்று அவரிடமிருந்து சத்தம் எழுந்தது.

நான் மெதுவாகச் சொன்னேன். 'லால் மோகன் பாபு என் வயிற்றுக்கீழே ஏதோ இருப்பதுபோல் தோன்றுகிறது. அநேகமாக அது ஒரு உடலாக இருக்கும் என்று நினைக்கிறேன். ஏனென்றால் அதன் கால்களை என்னால் உணர முடிகிறது!'

'அடக் கடவுளே! என்றபடி எழுந்து கொள்ள முயற்சித்தார் லால் மோகன் பாபு. என்னையும் தன்னோடு எழுப்பினார் பின்பு

தனது டார்ச் ஐ இயக்க முயற்சித்தார். ஆனால் அது எரிவதாகத் தெரியவில்லை.

அவர் அதை அப்படியும் இப்படியுமாக திருப்பி பின்புறத்தில் தட்டி எரிய வைக்க முடியுமா என்று முயற்சித்தார். சரியாக அந்த நேரத்தில்தான் மணலில் ஓர் உருவம் எழுந்து உட்காரத் துவங்கியது. பார்க்கவில்லை என்றாலும் கூட அது அசைவதை என்னால் உணர முடிந்தது.

'கையை கொடு!' என்றது அந்த உருவம்.

ஃபெலுடா. கடவுளே பெலுடாவா அது? ஆமாம்! அவர்தான்.

நான் என் வலது கையை நீட்டினேன். ஃபெலுடா அதைப் பிடித்துக் கொண்டு எழுந்து இடமும் வலமுமாக அசைந்தார். நல்ல வேளையாக அதற்குள் லால்மோகன் பாபுவின் டார்ச் வேலை செய்யத் துவங்கியது. நடுங்கும் கைகளுடன் டார்ச் வெளிச்சத்தை ஃபெலுடாவின் மீது வீசினார் அவர். ஃபெலுடா ஒரு கையை உயர்த்தி தலையை பிடித்துக் கொண்டார். அவர் வலியால் அவதிப்படுவது நன்றாகவே தெரிந்தது. அவர் கையை மீண்டும் கீழே கொண்டு வந்தபோது அந்த டார்ச்சின் மெல்லிய விளக்கொளியிலும் கையில் ரத்தம் தோய்ந்திருப்பதை நன்றாகப் பார்க்க முடிந்தது.

'உங்கள் மண்டையை உடைத்து விட்டார்களா என்ன?' என்று தட்டுத் தடுமாறியபடி கேட்டார் லால்மோகன் பாபு. ஃபெலுடா அதைப் பொருட்படுத்தவேயில்லை. இப்படி நிலைக்குலைந்த நிலையில் நான் பெலுடாவை பார்த்ததேயில்லை.

'என்ன ஆயிற்று? எப்படி என்று என்னால் நம்பவே முடியவில்லை என்றபடி பேச்சை நிறுத்திய அவர் தனது பாக்கெட்டிலிருந்து சிறியதொரு டார்ச் ஐ வெளியே எடுத்தார். அதன் வலுவான நீடித்த ஒளியில் வரிசையாக காலடித் தடங்கள் அவர் விழுந்து கிடந்த இடத்திலிருந்து துவங்கி மணல் பகுதி முடிவடைந்த உயரமான கரைப்பகுதியில் சென்று முடிந்திருந்து.

அந்த கரைப்பகுதி வரையில் நாங்கள் காலடித் தடங்களை பின் தொடர்ந்து சென்றோம். அது யாருடையதாக இப்பினும் அவர் கரையை தாண்டிக் குதித்து மறைந்து போயிருப்பார். என்றாலும் கொஞ்சம் கஷ்டத்துடன்தான் அந்த நபர் தாண்டிக் குதித்திருக்க வேண்டும். ஆங்காங்கே புற்கள் கற்றையாக பெயர்ந்து

கிடந்தன. எனவே தாண்டிக் குதிப்பது அவ்வளவு எளிதாக இருந்திருக்காது என்பதை அது நிரூபித்தது அருகே வேறெதுவும் ஏன் மீனவர்களின் ஒரு சிறிய குடிசை கூட கண்ணில் தென்படவில்லை.

ஃபெலுடா ஓட்டலுக்குச் செல்ல திரும்பினார். நாங்களும் அவரைப் பின் தொடர்ந்தோம்.

'எவ்வளவு நேரமாக நீங்கள் கீழே விழுந்து கிடந்தீர்கள்?' என்று கேட்டார் லால்மோகன் பாபு. அவரது குரல் இன்னமும் வியப்பில்தான் ஆழ்ந்திருந்தது. ஃபெலுடா டார்ச் வெளிச்சத்தை தனது கடிகாரத்தின் மீது செலுத்திவிட்டுச் சொன்னார். 'அநேகமாக சுமார் அரை மணி நேரம் இருக்கலாம்!'

'டாக்டரை போய் பார்க்க வேண்டாமா? ஒருவேளை தலையில் தையல் போட வேண்டியிருந்தாலும் இருக்கலாம்.'

ஃபெலுடா மெதுவாகச் சொன்னார். 'இல்லை தலையில் எனக்கு அடிபட்டது வாஸ்தவம்தான் என்றாலும் பலத்த காயம் ஏதும் இல்லை. வெளியில் தெரியும்படியாக காயம் ஏதுமில்லை.'

'இல்லையா? அப்படியென்றால் உங்கள் தலையில் இருந்த அந்த ரத்தம்'

லால்மோகன் பாபுவின் முற்றுப் பெறாத அந்தக் கேள்வி அப்படியே காற்றில் தொக்கி நின்றது.

ஃபெலுடா அதற்கு பதிலேதும் சொல்லவில்லை.

நாங்கள் ஓட்டலை சென்றடைந்ததுமே ஃபெலுடா ஐஸ் பையை வைத்து தலைக்கு ஒத்தடம் கொடுத்துக் கொண்டார். அரை மணி நேரத்திற்குள் தலையில் இருந்த வீக்கம் குறையத் துவங்கியது. யார் அவரை தாக்கி இருப்பார்கள் என்று எங்களுக்கு ஒன்றும் புரியவில்லை. ஃபெலுடா சொன்னார். அவர் அப்போது சாகரிகாவிலிருந்து திரும்பி வந்து கொண்டிருந்தார். அப்போது யாரோ அவரை நோக்கி வலிமையான டார்ச் வெளிச்சத்தை அடித்திருக்கிறார்கள். கணப் பொழுது அவரால் எதையும் பார்க்க முடியாமல் இருந்த நிலையில்தான் அவரை தலையில் அடித்து நினைவிழக்கச் செய்திருக்கிறார்கள். அவர் போலீஸ் ஸ்டேஷனுக்கு போன் செய்து மஹாபாத்ராவிடம் விவரத்தை சொன்னபோது அவர் சொன்னார். 'மிஸ்டர் மித்தர் நீங்கள் மிகவும் கவனமாக இருக்க வேண்டும். எதற்கும் துணிந்த நபர்கள் பலரும் சுற்றிக் கொண்டுதான் இருக்கிறார்கள். நீங்கள் உங்கள் விசாரணையை நிறுத்திவிட்டு இந்த விஷயத்தை எங்களை கையாள விட்டுவிடலாமே? அது பாதுகாப்பாக இருக்குமல்லவா?'

'என்னை தாக்குவதற்கு முன்னால் நீங்கள் இதை சொல்லியிருந்தால் நான் ஒரு வேளை ஒட்டுக் கொண்டிருந்திருப்பேன். ஆனால் இன்ஸ்பெக்டர், இப்போது காலம் கடந்து விட்டது.'

இரவு உணவை முடித்துக் கொண்டு நாங்கள் எங்கள் அறைக்குத் திரும்பிய போது மணி கிட்டத்தட்ட பதினொன்று ஆகியிருந்தது. அந்த நேரத்தில் எதிர்பாராத விதமாக, எங்களது ஓட்டல் மேனேஜர் மிஸ்டர் பாரிக் தன்னோடு இன்னொருவரையும் அழைத்துக் கொண்டு எங்கள் அறைக்கு வந்தார். இவர் உங்களை பார்ப்பதற்கு அரை மணி நேரமாகக் காத்துக் கொண்டிருந்தார்.

நீங்கள் சாப்பிடும் போது தொந்திரவு செய்ய நான் விரும்பவில்லை என்று சொல்லி விட்டு அவரது அறைக்குச் சென்று விட்டார்.

அவரோடு வந்திருந்த அந்த நபர் ஃபெலுடாவிடம் சொன்னார். 'உங்களைப் பற்றி நான் கேள்விப்பட்டிருக்கிறேன். இன்னும் சொல்லப்போனால் உங்களது பழைய வழக்குகளைப் பற்றி படித்திருப்பதால் உங்களோடு இருப்பவர்களைப் பற்றியும் எனக்குத் தெரியும். என் பெயர் மஹீம் சென்.'

ஃபெலுடா புருவத்தை உயர்த்தினார். 'அப்படியென்றால்...'

'டிஜி சென் எனது தந்தைதான் '

ஒரு நொடிப் பொழுது எங்களுக்கு பேச்செதுவும் வரவில்லை. மஹீம் சென் தொடர்ந்து சொன்னார். 'இன்று மதியம்தான் நான் காரில் இங்கு வந்து சேர்ந்தேன். எனது கம்பெனிக்கு சொந்தமாக இங்கு ஒரு விடுதி இருக்கிறது. அங்கேதான் நான் தங்கியிருக்கிறேன்.'

'உங்கள் தந்தையை போய் பார்க்கவில்லையா?'

'இங்கு வந்து இறங்கியதுமே அவருக்கு போன் செய்தேன். அவரது செயலாளர்தான் போனை எடுத்தார். என் அப்பாவுடன் பேசி விட்டு அவர் என்னோடு பேச விரும்பவில்லை என்று தெரிவித்துவிட்டார்.'

'ஏன்?'

'அது எனக்குத் தெரியாது!'

'சமீபத்தில் உங்கள் தந்தையை சந்தித்துப் பேசியபோது உங்கள் மீது அவருக்கு நல்ல எண்ணம் ஏதுமில்லை என்று எனக்குத் தோன்றியது. அது ஏன் என்று உங்களால் சொல்ல முடியுமா?'

மஹீம் சென் இதற்கு உடனடியாக பதிலேதும் சொல்லவில்லை. அவர் தனது பாக்கெட்டிலிருந்து ஒரு ரோத்மான்ஸ் சிகரெட் பெட்டியை வெளியே எடுத்து அதிலிருந்து ஒரு சிகரெட்டை எடுத்து பற்ற வைத்து புகையை ஆழமாக இழுத்து வெளியில் விட்டுவிட்டுச் சொன்னார். 'இதோ பாருங்கள் எனது தந்தையுடன் நான் எப்போதுமே நெருக்கமாக இருந்ததில்லை. இது போன்ற பழைய பொருட்கள், கலை மீதெல்லாம் எனக்கு ஆர்வம் இருந்ததில்லை. நான் கல்கத்தாவில் வசித்து வருகிறேன். தனியார் கம்பெனி ஒன்றில் வேலை செய்கிறேன். சில நேரங்களில் வேலை விஷயமாக வெளிநாடுகளுக்கும் கூட செல்வதுண்டு. இவை அனைத்திற்கும் மத்தியிலும் எனது தந்தையுடன் எனக்கு

ஓரளவிற்கு நல்ல உறவு இருந்துதான் வந்தது. நான் அவருக்கு கடிதம் எழுதினால், அவரும் எனக்கு பதில் அனுப்புவதுண்டு. அவர் பூரிக்கு வந்து வசிக்கத் தொடங்கியபிறகு எனது குடும்பத்தோடு இரண்டு முறை வந்திருக்கிறேன். அவரது வீட்டின் முதல்மாடியில் ஒரு சில வாரங்கள் தங்கியும் சென்றிருக்கிறேன்.'

'என் மகனை அவருக்கு மிகவும் பிடிக்கும். இப்போதும் அப்படித்தான் இருக்கும் என்றே நினைக்கிறேன். ஆனால் இந்த முறை அவர் நடந்து கொண்ட விதம் என்னால் புரிந்து கொள்ளவே முடியவில்லை. அவரைப் போன்ற வலுவான ஒரு நபர் 62 வயதிற்குள் பிதற்றத் தொடங்குவார் என்று என்னால் நம்பவே முடியவில்லை. இதற்கு மூன்றாவது நபர் யாராவது காரணமாக இருப்பார்களா என்றும் கூட எனக்குத்தெரியாது. எனவே நீங்கள் இங்கே இந்த ஊரில்தான் இருக்கிறீர்கள் என்றுதெரிந்ததும் உங்களை சந்திக்கலாம் என்று வந்தேன்.'

'உங்கள் தந்தை எவ்வளவு நாளாக செயலாளரை வைத்திருக்கிறார்?'

'சுமார் 4 வருடம் இருக்கலாம். நான் இங்கு வந்திருந்தபோது அவரைப்பார்த்தேன்'

'அவர் எப்படிப்பட்ட நபர் என்ற நிங்கள் நினைக்கிறீர்கள்?'

'அதைச் சொல்வது கடினம் என்று தான் நினைக்கிறேன் எனக்கு அவரைப் பற்றி ஒன்றும்தெரியாது என்றே கூறலாம். என்னால் சொல்ல முடிந்ததெல்லாம் அவரது காகிதங்களையும் கோப்புகளையும் முறையாக வைப்பதிலும் கடிதங்களை டைப் செய்வதிலும் சிறந்தவர் என்றுதான் கூறமுடியும். என்றாலும் ஒரு நண்பரிடம் பேசுவது போல அவரிடம் என் தந்தையால் பேச முடியாது என்று மட்டும் என்னால் உறுதியாகக் கூற முடியும்.'

'நல்லது. அப்படியானால் நீங்கள் ஒரு விஷயத்தை தெரிந்து கொள்ள வேண்டும். உங்கள் தந்தை சேகரித்து வைத்திருந்த ஓலைச்சுவடிகளில் மிகவும் விலைமதிப்பற்ற ஒன்று காணாமல் போய் விட்டது. அவரது செயலாளரையும் இப்போது காணவில்லை.'

மஹீம் சென் இப்போது அதிர்ச்சியால் வாயைப் பிளந்தார்.

'என்ன, நீங்கள் அங்கே போயிருந்தீர்களா என்ன?'

'ஆமாம்'

'என் தந்தை இப்போது எப்படியிருக்கிறார்!'

'அதிர்ச்சியில் உறைந்திருக்கிறார் என்று சொல்வதுதான் சரியாக இருக்கும். சமீப காலமாக அவர் மதிய நேரங்களில் தூங்கத் தொடங்கியிருந்தார். தூக்கம் வருவதற்காக அவர் ஏதோ மாத்திரை சாப்பிடுவதும் உண்டு. இன்று மாலை ஆறரை மணிக்கு ஒரு அமெரிக்கர் அவரை சந்திப்பதாக இருந்தது. நிதிஷ் போஸ்தான் அதை உறுதி செய்திருந்தார். ஆனால் அவர் வந்தபோது அந்த அமெரிக்கரை உங்கள் தந்தையிடம் அழைத்துச் செல்ல அவர் இருக்கவில்லை. வேறு யாரோ ஒரு வேலைக்காரர்தான் கீழே அவரை வரவேற்று அழைத்துச் சென்றிருக்கிறார். வழக்கமாக மிஸ்டர் சென் மாலை 4 மணிக்கெல்லாம் எழுந்து விடுவது வழக்கம். ஆனால் இன்று மாலை 6 மணி வரை அவர் தூங்கியிருக்கிறார். என்றாலும் அந்த அமெரிக்கர் வந்தபோது அவர் விழித்துக் கொண்டிருந்தார். அவரிடம் இருந்த மிகப் பழைய ஓலைச் சுவடியை பார்க்கவேண்டுமென்று அந்த அமெரிக்கர் விரும்பியிருக்கிறார். அதை வைத்திருந்த அலமாரியை உங்கள் தந்தை திறந்திருக்கிறார். ஆனால் அதில் நீளமாக கத்தரித்து வைத்த வெள்ளை தாள்களை சிவப்புத் துணியால் சுற்றி வைக்கப்பட்ட ஒரு பொட்டலம்தான் இருந்தது. இந்த காகிதக் கற்றைகள் இரண்டு மரக்கட்டைகளுக்கு நடுவே வைக்கப்பட்டிருந்தன. எனவே அந்த துணியை பிரித்துப்பார்க்கா விட்டால் ஓலைச் சுவடி காணாமல் போன சுவடே தெரிந்திருக்காது. தனது மிகவும் விலை மதிப்பற்ற சொத்து திருடப்பட்டு விட்டது என்பதை உணர்ந்ததுமே உங்கள் தந்தை மிகவும் அதிர்ச்சியில் ஆழ்ந்துவிட்டார். இறுதியில் அந்த அமெரிக்கர்தான் போலீஸுக்கு தகவல் சொல்ல வேண்டியிருந்தது.'

'அப்படியானால் நிஷித் போஸ்தான் அதை...'

'பார்த்தால் அப்படித்தான் தெரிகிறது. இன்று காலையில் நான் அவரை ரயில்வே ஸ்டேஷனில் சந்தித்தேன். அவர் டிக்கெட் வாங்கத்தான் அங்கே வந்திருக்கிறார் என்று இப்போதுதான் தோன்றுகிறது. போலீஸும்கூட ஸ்டேஷனில் விசாரித்திருக்கிறார்கள். ஆனால் அதற்குள் கல்கத்தாவிற்குச் செல்லும் பூரி எக்ஸ்பிரஸும் இதர வண்டிகளும் புறப்பட்டு போயிருந்தன. அவர்கள் இன்னமும் அவரை தேடிக் கொண்டுதான் இருக்கிறார்கள்..'

ஃபெலுடா பேச்சை நிறுத்தினார். என்ன சொல்வதென்று எங்களில் யாருக்குமே தெரியவில்லை. கடந்த ஒரு சில மணி நேரங்களில் எவ்வளவோ நடந்து முடிந்திருந்தது. அதை நினைத்தபோதே எனக்கு தலை சுற்றியது.

'போன வருடம் உங்கள் தந்தை நேபாளத்திற்கு சென்றிருந்தார் என்பது உங்களுக்குத் தெரியுமா? என்று கேட்டார் ஃபெலுடா.

'ஆகஸ்டு மாதத்திற்குப் பிறகு அவர் சென்றிருந்தால் எனக்குத் தெரிந்திருக்காது. ஏனென்றால் ஆகஸ்ட் மாதத்திற்குப் பிறகு ஏழு மாத காலம் நான் வெளி நாட்டில் இருந்தேன். ஓலைச் சுவடிகளை தேடி என் தந்தை நிறையவே ஊர் சுற்றுவதுண்டு. ஏன்? நேபாளத்தில் என்ன நடந்தது?'

ஃபெலுடா இதற்கு பதில் ஏதும் சொல்லவில்லை. மாறாக அவர் இன்னொரு கேள்வியை எழுப்பினார்.

'உங்கள் தந்தைக்கு மூட்டு வலி இருக்கிறது என்று உங்களுக்குத் தெரியுமா?'

'மூட்டு வலியா என் தந்தைக்கா என்ன சொல்கிறீர்கள் மிஸ்டர் மித்தர்?'

'ஏன், அதை நம்புவதற்கு உங்களால் முடியவில்லையா?.

ஆமாம் நம்பத்தான் முடியவில்லை. கடந்த மே மாதத்தில்தான் என் தந்தையை சந்தித்தேன். அவர் கடற்கரையில் வேகவேகமாக நடப்பது வழக்கம். தனது உணவுப் பழக்கத்தில் அவர் மிகுந்த கவனத்துடன் இருந்தார். அவர் எப்போதுமே குடித்ததோ அல்லது புகைபிடித்ததோ அல்லது அவரது உடல் நலத்திற்கு தீங்கு விளைவிக்கும் எதையும் செய்ததோ இல்லை. இன்னும் சொல்லப் போனால் தனது நல்ல உடல் நலம் குறித்து அவர் மிகவும் பெருமைப் பட்டுக் கொண்டிருந்தார். நீங்கள் சொல்வது உண்மையென்றால் அது துயரமானது மட்டுமல்ல வியப்பிற்குரியதும் ஆகும்.'

'அதுதான் ஒரு வேளை அவரது தற்போதைய மனநிலைக்குக் காரணமாக இருக்குமோ?'

'ஆமாம். நிச்சயமாக அப்படித்தான் இருக்கும். கையாலகாதவன் என்று தன்னை அவர் எப்போதுமே ஏற்றுக் கொள்ளமாட்டார் என்றுதான் நினைக்கிறேன்.'

'நல்லது. இன்னும் சில நாட்களுக்கு நான் இங்குதான் இருப்பேன். என்னால் என்ன செய்ய முடியும் என்று பார்க்கிறேன். இன்னும் கூட பல விஷயங்கள் எனக்குத் தெளிவாகவில்லை என்பதையும் நான் ஒப்புக் கொண்டுதான் ஆக வேண்டும்' என்றார் ஃபெலுடா.

மஹீம் சென் இருக்கையை விட்டு எழுந்தார். 'எங்கள் குடும்ப விஷயம் பற்றிய சில விஷயங்களைப் பேசலாம் என்றுதான் நான்

இங்கு வந்தேன். என் தந்தை என்னை பார்ப்பதற்கு ஒப்புக் கொள்ளும்வரை நான் இங்கு தங்கியிருக்கத்தான் வேண்டும்.'

பின் அவர் இரவு வணக்கம் தெரிவித்து விட்டு கிளம்பினார். பின்னர் நாங்கள் சற்று நேரம் பேசிக் கொண்டிருந்து விட்டு படுப்பது என்று திர்மானித்தோம். நேரம் நள்ளிரவை தாண்டியிருந்தது.

லால்மோகன் பாபு கதவிற்கருகே சென்று விட்டு திரும்பினார். 'ஃபெலு பாபு இப்போதுதான் ஒரு விஷயம் ஞாபகத்திற்கு வந்தது. நீங்கள் காத்மாண்டுவிற்கு நான் போன் செய்வதாக இருந்ததே, பேசினீர்களா?'

'ஆமாம் பேசினேன். வீர் மருத்துவ மனையில் இருந்த டாக்டர் பார்கவ் என்பவரிடம் பேசினேன். கடந்த அக்டோபர் மாதத்தில் பிலாஸ் மஜும்தார் என்பவர் பலத்த காயங்களுடன் அந்த மருத்துவ மனைக்கு கொண்டு வரப்பட்டாரா? என்று விசாரித்தேன்.'

'அவர் என்ன சொன்னார்?'

'மிஸ்டர் மஜும்தார் நம்மிடம் சொல்லிய அனைத்தையும் அவர் உறுதி செய்தார். அவரது கழுத்து எலும்பு தாடை இடுப்பு எலும்பு எல்லாமே உடைந்து போன நிலையில் அனுமதிக்கப்பட்டார் என்று கூறினார்.'

'அப்படியானால் மஜும்தார் சொன்னதை நீங்கள் நம்பவில்லையா என்ன?'

'சோதிப்பது மீண்டும் பரிசோதிப்பது என்பது துப்பறிபவரின் வேலையின் ஒரு பகுதி லால்மோகன் பாபு. அது உங்களுக்கும் தெரியும்தானே? உங்கள் கதாநாயகன் பிரபாகர் ருத்ராவும் அப்படித்தானே செய்கிறார்?'

'ஆமாம் ஆமாம்' என்று முணுமுணுத்தவாறே லால்மோகன் பாபு உடனடியாக அறையை விட்டு அகன்றார். வெளியே அலைகளின் இரைச்சலை கேட்டபடியே நான் படுத்துக் கொண்டிருந்தேன். அதேபோன்ற ஆர்ப்பரிப்பு ஃபெலுடாவின் மனதிலும் ஓடிக் கொண்டிருக்கும் என்றும் எனக்குத் தெரியும். கடலில் உள்ள அலைகளைப் போல் எண்ணங்கள் ஒன்றை யொன்று விரட்டியபடி வந்து கொண்டிருக்கும். ஆனால் அவரோ மிகுந்த அமைதியாக காணப்பட்டார். கடற்கரைக்கு அருகே இருக்கும் தடுப்புக் கட்டைகளை மீறி தங்கள் படகுகளை ஓட்டிச் செல்லும் மீனவர்தான் ஆழமான கடலைநோக்கிச் செல்வார்கள்.

அங்கே ஆர்ப்பரிக்கும் அலைகளை அவர்கள் காண்பதில்லை. மாறாக அமைதியான சாந்தமான கடலைத்தான் காண்கிறார்கள்.

ஃபெலுடா தனது பாக்கெட்டிலிருந்து பழுப்பு நிறத்தில் சதுரமான பொருள் ஒன்றை எடுப்பதை பார்த்து விட்டு நான் கேட்டேன். 'அது என்ன ஃபெலுடா?' கொஞ்சம் உற்றுப் பார்த்தபோது அது ஒரு மணிபர்ஸ் என்று தெரிந்தது.

ஃபெலுடா அதைத் திறந்து அதிலிருந்த ஒரு சில 10ரூபாய் நோட்டுகளை வெளியே எடுத்தார். பின் அதை மீண்டும பர்ஸிலேயே வைத்துவிட்டு சொன்னார். 'நிதிஷ் போஸின் அறையில் ஒரு மேஜை டிராயரில்தான் இதைக் கண்டெடுத்தேன். தனது பெட்டி படுக்கையை எல்லாம் எடுத்துக் கொண்டு சென்ற அவர் இந்த மணிபர்ஸை மட்டும் விட்டுச் சென்றது ஏன்? என்றுதான் என்னால் புரிந்து கொள்ளமுடியவில்லை. விசித்திரம்தான்!'

பத்து

அடுத்த நாள் காலையில்நான் கண் விழித்துப் பார்த்தபோது ஃபெனுடா யோகா பயிற்சியை செய்து கொண்டிருந்தார். அப்படியென்றால் இன்னமும் சூரியன் உதிக்கவில்லை போலும். நேற்று இரவு நான் உறங்கச் சென்றபோதும் அவர் விழித்துக் கொண்டுதான் இருந்தார். டேபிள் விளக்கு ஒளியில் அவர் நீண்ட நேரம் ஏதோ செய்து கொண்டிருந்தார். இருந்தபோதிலும் விடியலுக்கு முன்பாக அவரால் எப்படி எழுந்துகொள்ள முடிந்தது என்பதுதான் மர்மமாக இருக்கிறது.

வராந்தாவிலிருந்து வந்த லேசான சத்தம் என்னை அங்கே திரும்பிப்பார்க்க வைத்தது. என்னை வியக்கச் செய்யும் வகையில் லால்மோகன் பாபு அவரது அறைக்கு வெளியே நின்று கொண்டிருந்தார். சாவதமானமாக கையில் இருந்த டூத் பேஸ்டை பிதுக்கிக் கொண்டிருந்தார். எங்களைப் போலவே அவராலும் அமைதியாகத் தூங்கமுடியவில்லை என்று நன்றாகவே தெரிந்தது.

ஃபெனுடா தனது யோகா பயிற்சியை முடித்துக் கொண்டு சொன்னார். 'இப்போது நான் டீ குடித்துவிட்டு வெளியே கிளம்பிப் போகிறேன்.'

'எங்கே?'

'குறிப்பாக எந்த இடத்திற்கும் அல்ல. சும்மா வெளியே போக வேண்டும். கொஞ்சம் மூளைக்கு காற்று வாங்கிக் கொள்ள வேண்டும் சில நேரங்களில் ஏதாவது பிரம்மாண்டமான ஒன்றை பார்த்துக் கொண்டிருந்தாலே தெளிவு பிறக்கும். கடலுக்கு முன்னால் நின்று கொண்டு சூரியன் உதிப்பதை பார்க்கலாம் என்று இருக்கிறேன். அதுவும் கூட எனக்கு உற்சாகத்தை ஊட்டலாம்.'

நாங்கள் டீ குடித்து முடித்தபோது ஒட்டலில் தங்கியிருந்த மற்றவர்களும், ஒட்டல் மேனேஜர் பாரிக் உட்பட விழித்துக் கொண்டிருந்தார்கள்.

வெளியே போவதற்கு முன்னால் ஃபெலுடா அவரைப் பார்க்கச் சென்றார்.

'நேபாளுக்கு இன்னொரு டிரங்கால் பதிவு செய்ய முடியுமா? இதோ அந்த எண்' என்ற அவர் மேலும் சொன்னார். 'ஒரு வேளை மஹாபாத்ரா போன் செய்தால் தகவல் சொல்லிவிட்டு செல்லும்படி கூறுங்கள். அப்புறம் இங்கே நல்ல டாக்டர்கள் யாராவது இருக்கிறார்களா?'

'உங்களுக்கு எவ்வளவு பேர் வேண்டும் மிஸ்டர் மித்தர்? இங்கே எங்கள் ஊரில் நல்ல டாக்டர்கள் இருக்கிறார்கள். நீங்கள் வந்திருப்பது ஒன்றும் குக்கிராமத்திற்கு அல்ல.'

'இல்லையில்லை. அப்படி ஒன்றும் நான் நினைக்கவில்லை இளைஞரான திறமையான ஒரு டாக்டர்தான் எனக்குத் தேவை வயதாகிப் போய் தள்ளாடும் டாக்டர் எனக்கு வேண்டாம்.'

'அது ஒன்றும் பிரச்சனை இல்லை. கிராண்ட் ரோடில் இருக்கும் உத்கல் மருந்துக்கடைக்கு 10 மணிக்குப் பிறகு செல்லுங்கள். அங்கே டாக்டர் சேனாபதியை நீங்கள் பார்க்கலாம்.'

நானும் லால்மோகன் பாபுவும் ஃபெலுடாவும் வெளியே செல்வது என்று தீர்மானித்தோம் ஒரு சில மீனவர்களைத் தவிர கடற்கரை காலியாகத்தான் இருந்தது. கீழ்த்திசை செந்நிறத்தில் ஜொலித்துக் கொண்டிருந்தது. ஆங்காங்கே சாம்பல் நிறத்தில் மேகங்கள் நகர்ந்து கொண்டிருந்தன. சூரிய ஒளியால் அதன் ஓரங்கள் ஒரு வித மங்கலான சிவப்பு நிறத்தில் ஒளிர்ந்தன. கடல் கரு நீல நிறத்தில் காட்சியளித்தது. கரையை அவ்வப்போது வந்து தொட்டுவிட்டுச் சென்று கொண்டிருந்த அலைகளின் மேல்பகுதி மட்டும்தான் வெள்ளை நிறத்தில் காட்சியளித்தது.

முதல் நாள் நாங்கள் கடற்கரையில் சந்தித்த மீனவச் சிறுவர்கள் மூன்று பேரும் இப்போது நண்டுகளை தேடிக் கொண்டிருந்தனர்.

மூக்கைப் பிடித்துக் கொண்டவாறே ஒரு வித எரிச்சலுடன் லால்மோகன் பாபு சொன்னார். 'இந்த அழகான கடற்கரைக்கு திருஷ்டிப் பரிகாரமாக இருப்பது இந்த நண்டுகள்தான்.'

அந்த சிறுவர்களில் ஒருவனைப் பார்த்து ஃபெலுடா கேட்டார். 'உன் பெயர் என்ன?' அவன் தலையைச் சுற்றி ஒரு சிவப்புத் துண்டை சுற்றியிருந்தான்.

பல் தெரிய சிரித்தவாறே அந்தச் சிறுவன் சொன்னான் 'ரமாய்.'

நாங்கள் தொடர்ந்து நடந்தோம். திடீரென்று லால்மோகன் பாபுவிற்கு கவிஞர்களின் உத்வேகம் பீறிட்டு வந்தது போலும். 'அதோ அந்தக் கடலைப் பாருங்கள் எவ்வளவு பிரம்மாண்டமாக எவ்வளவு அகலமாக எவ்வளவு சுதந்திரமாக இருக்கிறது... இது போன்றதொரு இடத்தில்தான் ரத்தக் களறியும் நடக்கிறது என்பதை நம்பவே முடியவில்லை.'

ஏதோ ஒரு யோசனையுடன் ஃபெலுடா சொன்னார். 'உம் தடி போல ஏதோ ஒரு ஆயுதம்தான்! கொலை செய்வதற்கான கருவிகள் மூன்று வகைப்படும் என்று எனக்குத் தெரியும் கைத்துப்பாக்கி அல்லது துப்பாக்கி போன்ற சுடும் ஆயுதங்கள் கத்திவாள் போன்ற கூர்மையான ஆயுதங்கள். நேற்று இரவு தன்மீது நடந்து தாக்குதலைப் பற்றிதான் ஃபெலுடா யோசித்துக் கொண்டிருக்கிறார் என்ற நன்றாகவே தெரிந்தது. நல்லவேளை அவருக்கு ஒன்றும் ஆகவில்லை.

திடீரென்று ஃபெலுடா குரல் கொடுத்தார். 'இதோ பார் காலடித் தடங்கள்' அவர் சுட்டிக்காட்டிய திசையில் பார்த்தேன். புதிதாக உருவாகியிருந்த தடங்கள்தான். காலடித் தடயங்களோடு கூடவே இப்போது எங்களுக்கு நன்று பரிச்சயமாகிப் போயிருந்த கைத்தடியின் அடையாளமும் அங்கே இருந்தது.

பிலாஸ் மஜும்தார். அவர் விடியலுக்கு முன்பே எழுடவராகத்தான் இருக்கவேண்டும் என்றார் லால்மோகன் பாபு. 'நீங்கள் அப்படியா நீனைக்கிறீர்கள்?' என்ற கூறியபடியே ஃபெலுடா தூரத்தில் தெரிந்த ஒரு உருவத்தை சுட்டிக்காட்டினார். 'அவரைப் பார்த்தா பிலாஸ் மஜும்தாரைப்போல் இருக்கிறது என்றா நினைக்கிறீர்கள்?'

அந்த நபர் தூரத்தில் தெரிந்த போதும் இடது கையில் கைத்தடியை வைத்துக் கொண்டு நடந்து சென்று கொண்டிருந்த அந்த நபர் பிலாஸ் மஜும்தார் இல்லை என்ற சொல்வது அவ்வளவு கஷ்டமான ஒரு விஷயமல்ல.

'நீங்கள் சொல்வது சரிதான்.'

அது வேறு யாரோ தான். ஏன் அது அந்த பரபரப்பு 'சென்தான்!?' என்று உரக்கக் கூறினார் லால்மோகன் பாபு.

மிகவும் சரி அது துர்கா கதி சென்தான்.

'அவர் எப்படிநடக்கிறார் இப்படியென்றால் அவரது மூட்டுவலி என்ன ஆயிற்று?'

'அதைத்தான் நான் தெரிந்து கொள்ளவிரும்புகிறேன். ஒரு வேளை லக்ஷ்மண் பட்டாச்சார்யாவின் மருந்துகள் அவரை குணமாக்கி விட்டதோ என்னவோ யாருக்குத்தெரியும்?'

நாங்கள் மீண்டு நடக்கத் துவங்கினோம். எங்கள் ஒவ்வொருவருக்கும் குழப்பம்தான் நீடித்தது. இறுதியில் இன்னும் எத்தனை மர்மங்களைத்தான் நாங்கள் சந்திக்க வேண்டியிருக்கும்?

நாங்கள் இடது புறம் திரும்பியதுமே ரயில்வே ஓட்டல் கண்ணில் தென்பட்டது. எங்களுக்கு வலது புறத்தில் ஒரு சில மீனவர்களையும் நீச்சல் உடையணிந்த வெளி நாட்டவர்கள் மூவரையும் என்னால் காண முடிந்தது. அவர்களில் ஒருவர் ஃபெலுடாவை கவனித்துவிட்டு கையை உயர்த்தி வணக்கம் தெரிவித்தார். பெலுடாவும் பதிலுக்கு கையை ஆட்டிவிட்டு எங்களிடம் சொன்னார். 'சென்னின் வீட்டிலிருந்து போலீஸுக்கு தகவல் கொடுத்த அமெரிக்கர்தான் அவர்!" என்று குறிப்பிட்டார்.

நாங்கள் தொடர்ந்து நடந்தோம். தோளில் துண்டுடன் ஹிங்கோரானி வேகமாக நடந்து வந்து கொண்டிருந்தார். மிகுந்தவருத்தத்தில் இருப்பதுபோல் நெற்றியை சுருக்கிக் கொண்டிருந்தால் அவர் எங்களை ஏறிட்டுக் கூடப் பார்க்கவில்லை. பெலுடா கடற்கரையை விட்டு விலகிச் சென்று ஒரு சரிவின் மேல் ஏறிச் செல்லத் துவங்கினார். அவர் சகாரிகாவைநோக்கித்தான் செல்கிறார் எனக்குத் தோன்றியது. அவர் மனம் தெளிவாகிவிட்டதா என்ன? ஏதாவது விவரம் புலப்படத்துவங்கி விட்டதா? அவரிடம் நான் எதையும் கேட்பதற்கு முன்பாக வேறு ஒரு குரல் எங்கிருந்தோ வந்தது. 'காலை வணக்கம்' என்று அந்தக் குரல் கூறியது.

இடுப்பில் இழுத்துக் கட்டப்பட்ட லுங்கியுடன் தோளில் ஒரு துண்டுடனும் கையில் வேட்டங்குச்சி ஒன்றை வைத்துக் கொண்டு லக்ஷ்மண் பட்டாச்சார்யா எங்கள் முன் நின்று கொண்டிருந்தார்.

'காலை வணக்கம்! நேற்று மாலை நீங்கள் எங்கே போயிருந்தீர்கள்?' என்று கேட்டார் ஃபெலுடா.

'நேற்று மாலையா?' பஜனை பாடல்களை கேட்பதற்காகச் சென்றிருந்தேன். மங்கள் காட் சாலையில் ஒரு பஜனை குழு இருக்கிறது. அவர்கள் மிக நன்றாகப் பாடுவார்கள். அவ்வப்போது நான் அங்கே போய் வருவதுண்டு.'

'நான் உங்களை தேடி வந்த போது உங்களை காணவில்லை. வீட்டைவிட்டு நீங்கள் எப்போது போனீர்கள்?'

'மாலை ஆறுமணிக்குப் பிறகுதான் என்னால் வெளியே கிளம்ப முடியும். அப்போது தான் நான் வெளியே போனேன். மிஸ்டர் சென் வீட்டில் நடந்த திருட்டு பற்றி உங்களால் எதுவும் சொல்ல முடியுமா? என்று கேட்க நினைத்தேன் நீங்களும் அங்கேதான் வசிக்கிறீர்கள். உங்கள் அறையிலிருந்து பக்கத்து சந்தைப் பார்க்க முடியும் இல்லையா?'

'ஆமாம். இன்னும் சொல்லப்போனால் நிதிஷ் போஸ் தனது மூட்டை முடிச்சுகளுடன் அந்த சந்தில் போனதையும் நான் பார்த்தேன். என்றாலும் அந்த நேரத்தில் அது எனக்கு வியப்பைத் தரவில்லை. என்ன இருந்தாலும் அவர் கல்கத்தாவிற்கு கிளம்பிப் போவதாகத்தான் இருந்தது.'

'உண்மையாகவா ஏன்?'

'அவரது அம்மாவிற்கு உடல் நிலை மிகவும் மோசமாக இருந்தது. அதற்கு முந்தைய நாள்தான் தந்தி வந்தது.'

'அந்த தந்தியை நீங்கள் பார்த்தீர்களா?'

'ஆமாம் மிஸ்டர் சென் கூட பார்த்தார்.'

'அப்படியா! அவர் இதைப் பற்றி என்னிடம் சொல்லவே இல்லையே! ஃபெலுடா வியப்புடன் கேட்டார்.

'நான் என்ன சொல்ல முடியும்? அவர் எந்த நிலையில் இருக்கிறார் என்று நீங்கள்தான் பார்த்தீர்களே அவர் கஷ்டப் பட வேண்டும் என்றிருக்கிறது. நடக்க வேண்டும் என்றிருப்பதை யாரால் மாற்ற முடியும்?'

'மிஸ்டர் சென்னின் எதிர்காலத்தையும் கூட நீங்கள் பார்த்தீர்களா? என்று ஆவலுடன் கேட்டார் லால்மோகன் பாபு.

'என்னிடம் வராதவர்கள் என்ற இந்த ஊரில் மிகக் குறைவாகத்தான் இருப்பார்கள். ஆனால் அதிலுள்ள பிரச்சனைகள் என்னவென்று உங்களுக்குத் தெரியுமா? நான் பார்ப்பதை எல்லாம் அப்படியே மக்களிடம் சொல்வதில்லை. நோயின் அறிகுறியைப் பார்க்கும் போதுதான் நான் வாயைத் திறப்பேன். நீ ஒரு நாள் கொலை செய்வாய்! அல்லது நீ ஜெயிலுக்குப் போவாய்! அல்லது உன்னை தூக்கிப்போடுவார்கள்! என்று யாரிடமாவது உங்களால் சொல்ல முடியுமா? இது போன்ற மனதிற்கு பிடித்தமில்லாத விஷயங்களை நான் சொன்னால் யாருக்கு என்னிடம் வர வேண்டும் என்று ஆர்வம் ஏற்படும்? எனவேதான் வார்த்தைகளை நான் அளந்து பேசுகிறேன். ஏனென்றால் நல்ல விஷயங்களை மட்டும்தான் மக்கள் கேட்க விரும்புகிறார்கள்.'

பின்பு கடலை நோக்கி நடையைக் கட்டினார் லக்ஷ்மண் பட்டாச்சார்யா. நாங்கள் சகாரிகாவை நோக்கி நகர்ந்தோம். அதிகாலை புரிய ஒளியில் அது மிகவும் அழகாகத் தோன்றியது.

லால்மோகன் பாபு திடீரென்று சொன்னார் 'மரண வீடு!'

ஃபெலுடா அதற்கு எதிர்ப்பு தெரிவித்தார். 'நீங்கள் எப்படி அவ்வாறு சொல்லலாம்? திருடுபோன வீடு என்று வேண்டுமானால் சொல்லலாம். அந்த வீட்டில் யாரும் உயிரை விடவில்லை.'

'இல்லையில்லை! நான் சாகரிகாவை குறிப்பிடவில்லை' என்று அவசர அவசரமாக மறுத்தார் லால்மோகன் பாபு. 'எந்த நிமிடத்திலும் விழுந்து நொறுங்கி விடுமோ என்றிருக்கிற இந்த வீட்டைதான் நான் சொன்னேன்.'

அந்த வீட்டை அதற்கு முன்பும் நாங்கள் பார்த்திருக்கிறோம் என்றாலும் அவ்வளவு நுணுக்கமாக நாங்கள் அதைப் பார்க்கவில்லை. அந்த வீட்டிலிருந்து சாகரிகா சுமார் 100 அடி தூரத்தில்தான் இருந்தது. ஆனால் இப்போது அதை கவனமாக பார்த்தபோது லால் மோகன் பாபு சொல்வதை ஏற்றுக் கொள்ளும்படியாகத்தான் இருந்தது. சாதாரணமாகவே இற்றுப்போன சுவர்களைக் கொண்ட பழைய வீடுகளை காணவே சகிக்காது. அதற்கும் மேலாக இந்த வீடானது மணலுக்குள் புதைந்து கிடந்தது. தரையிலிருந்து கிட்டத்தட்ட ஆறடி உயரத்திற்கு கட்டிடம் மணலுக்குள் புதைந்து போயிருந்தது. அதைப் பார்க்கவே ஒரு வித பயம் ஏற்பட்டது காலை வெளிச்சத்தில் அதைப் பார்க்கும்போதே எனக்குள் ஒரு வித

குறுகுறுப்பு உருவானது. அதையே இரவு நேரத்தில் பார்த்தால் எப்படியிருக்கும்?

அந்த கட்டிடத்தை கடந்து செல்வதற்கு பதிலாக ஃபெலுடா நேராக அந்த கட்டிடத்தை நோக்கி நடந்தார் முன் கதவை இரண்டுதூண்கள் இன்னமும் தாங்கிக் கொண்டிருந்தன. வெளியே கீறல் விழுந்த கறை படிந்த பளிங்குக் கல் ஒன்று அந்த வீட்டின் பெயர் புஜங்க நிவாஸ் என்று அறிவித்துக் கொண்டிருந்தது. அந்த வீடு இன்னமும் மணலில் புதைந்து கொண்டே போனால் சில நாட்களிலேயே இந்தப் பெயர் பலகையும் மணலுக்குள் மறைந்து விடும் என்பதில் சந்தேகமில்லை. அந்த முன் கதவைத் தாண்டினால் ஒரு காலத்தில் தோட்டமாக இருந்த பகுதி தென்பட்டது. பின்பு வராந்தாவை நோக்கி படிக்கட்டுகள் தென்பட்டன. அதன் மேல் இரு படிக்கட்டுகள் மட்டும்தான் கண்ணுக்குத் தென்பட்டன மற்றவை எல்லாம் மணலுக்குள் காணாமல் போயிருந்தன. வராந்தாவை சுற்றியிருந்த கம்பிகளும் துருப்பிடித்து ப் போயிருந்தன. மேற்கூரை இதுவரை இடிந்து விழாமலிருந்தது என்பதே அதிசயமான விஷயம்தான். வராந்தாவிற்கு பின்னால் இருந்த அறைதான் வரவேற்பு அறையாக இருந்திருக்க வேண்டும்.

'இதைப் பார்த்தால் முற்றிலுமாக கைவிடப்பட்டதாகத் தோன்றவில்லை' என்று கூறினார் ஃபெலுடா. அவர் ஏன் அப்படிச் சொன்னார் என்று எனக்குப் புரிந்தது. வராந்தாவின் தூசி படிந்த தரையில் காலடித் தடங்கள் தென்பட்டன.

'ஃபெலுடா அங்கே தீக்குச்சிகளும் தென்படுகின்றன!' என்றேன் நான். ஒரு தூணுக்கு அருகே மூன்று தீக்குச்சிகள் கிடந்தன.

'ஆமாம்!' இங்கே நின்று கொண்டு சிகரெட்டை கொளுத்த முற்பட்டால் இங்கே அடிக்கும் பலத்த காற்றிற்கிடையே ஒரு சில தீக்குச்சிகளை வீணாக்கித்தான் ஆக வேண்டும்' என்றார் ஃபெலுடா.

முன்கதவு வழியாக நாங்கள் உள்ளே நுழைந்தோம். உள்ளே நுழைந்து அந்த வரவேற்பறையில் என்ன இருக்கிறது என்று பார்ப்பதில் நான் மிகுந்த ஆர்வமாக இருந்தேன். வரவேற்பு அறைக்குச் செல்லும் கதவு திறந்து கிடந்ததோடு அது காற்றில் படபடத்து சத்தம் எழுப்பிக் கொண்டும் இருந்தது. தரையில் தெரிந்த காலடித் தடங்களை உற்று நோக்கினார். ஃபெலுடா. என்றாலும் மணல் காற்றில் பறந்து வந்து அவற்றின் மீது படிந்து கொண்டிருந்ததால் காலடித் தடங்கள் அவ்வளவு தெளிவாக

இல்லை. எனினும் ஷூ அணிந்த யாரோ சமீபத்தில் இந்த வராந்தாவில் நடந்து சென்றிருக்கிறார்கள் என்பதில் எந்தவித சந்தேகமும் இல்லை.

மூடியிருந்த மணல் திரளை ஃபெலுடா தன் காலணியால் அகற்றியபோது கண்ணுக்குத் தெரிந்த மற்றொரு விஷயம் கறுப்பான ஒரு கறை ஆகும். அது எனக்கு வெற்றிலை பாக்கு போட்டுவிட்டு யாரோ துப்பியது போலத் தோன்றியது. என்றாலும் லால் மோகன் பாபு உடனடியாக பின்னால்நகர்ந்து கொண்டு 'அது ரத்தக் கறையாகத்தான் இருக்க வேண்டும்' என்று கூறினார். பின்பு 'காலைச் சிற்றுண்டி சாப்பிடும் நேரமாகிவிட்டது' என்று அவர் முணுமுணுத்தார். அதாவது அதற்குமேல் அந்த வீட்டிற்குள் நுழையும் விருப்பம் அவருக்கு இல்லை என்பதையும் அதைவிட ஓட்டலுக்குத் திரும்புவதையே அவர் பெரிதும் விரும்பினார் என்பதையும் தெளிவாகவே எடுத்துக் காட்டியது. ஓரளவு உற்சாகத்திலும் ஓரளவு பயத்திலும் என் இதயமும் வேகமாகத் துடிக்கத் துவங்குவதை என்னாலும் உணர முடிந்தது. ஃபெலுடா மட்டும் இதைப் பற்றியெல்லாம் கவலைப்படாதவராக இருந்தார். 'உங்கள் மரண வீட்டை பார்த்து விட்டுப் போவதுதான் நல்லது என்று நான் நினைக்கிறேன்' என்று அறிவித்தவாறே அவர் கதவை லேசாகத் தள்ளினார். கிறீச் என்ற பலத்த சத்தத்துடன் அது திறந்து கொண்டது.

உடனடியாக ஒரு வித துர்நாற்றம் வெளிப்பட்டது. அநேகமாக உள்ளே வெளவால்கள் வசித்துக் கொண்டிருக்கலாம் என்று தோன்றியது. அறை கும்மிருட்டாக இருந்தது. அந்த அறைக்கு ஜன்னல்கள் இருந்தாலும் அவை இழுத்து சாத்தப்பட்டிருக்கக் கூடும். திறந்த கதவுவழியாக உள்ளே நுழைந்து கொண்டிருந்த வெளிச்சத்தை நாங்கள் மூவரும் தடுத்துக் கொண்டிருந்தோம். ஃபெலுடாதான் முதலில் அறைக்குள் நுழைந்தார். ஒரு விநாடிக்குப் பிறகு நானும் அவரைத் தொடர்ந்தேன். லால்மோகன் பாபு மட்டும்தான் வெளியே தயங்கியபடி நின்று கொண்டிருந்தார். எல்லாம் தெளிவாகத் தெரிகிறதா? என்று அவர் உரக்கக் கேட்டது ஒரு மாதிரியாக இருந்தது.

ஆமாம். கூடிய சீக்கிரமே எல்லாமே தெளிவாகத் தெரிந்து விடும். வாருங்கள் உள்ளே வந்து பாருங்கள் என்றழைத்தார் ஃபெலுடா. அதற்குள் அந்த இருட்டு என் கண்களுக்கு கொஞ்சம் பழக்கமானது. ஃபெலுடா எதைக் குறிப்பிடுகிறார் என்பதையும்

என்னால் பார்க்கமுடிந்தது. மெல்லிய மெத்தையில் ஏனோதானோவென்று சுருட்டப்பட்டபடி ஒரு சிறிய பெட்டியும் படுக்கைச் சுருளும் இருந்தன. அவை இரண்டுமே அந்த அறையின் ஒரு மூலையில் கிடந்தன.

ஃபெலுடா மெதுவாகச் சொன்னார்.

'போலீஸ் நேரத்தை வீணாக்கிக் கொண்டிருக்கிறது. நிஷித் போஸ் கல்கத்தாவிற்குப் போகவே இல்லை.'

'அப்படி என்றால் அவர் எங்கே? என்று வியப்புடன் கேட்டார் லால்மோகன் பாபு ஒரு வழியாக அவரும் அறைக்குள்ளே வந்திருந்தார்.

ஃபெலுடா பதிலேதும் சொல்லவில்லை.

'உம்.... கொஞ்சம் ஆர்வமாகத்தான் இருக்கிறது!' என்று வேறு எதையோ பார்த்தபடியே சொன்னார் அவர். நானும் அவர் பார்வை சென்ற திசையை ஒட்டி கண்களை ஒட்டினேன். இன்னொரு மூலையில் ஒரு குப்பை மேடு இருந்தது. மெல்லிய நீண்ட மரத்துண்டுகள் ஏராளமான மஞ்சள் நிற காகிதத் துண்டுகள் கட்டு கட்டாக கிடந்தன.

'இது என்னவென்று உனக்குப் புரிகிறதா?' என்று கேட்டார் ஃபெலுடா.

'அந்த மரக்கட்டைகள் ஓலைச் சுவடிகளை கட்டப்பயன்படும் மரத் துண்டுகளைப் போலவே இருக்கிறது!' என்று வியப்புடன் கூறினார் லால் மோகன் பாபு. 'ஆஹா...' என்றபடி அவர் வாயடைத்து நின்று விட்டார்.

நான் மெதுவாகச் சொன்னேன். 'நிஷித் போஸ் இங்கே ஒரு தொழிற்சாலையையே துவங்கியிருந்தார் போலிருக்கிறது.' அதாவது போலி ஓலைச் சுவடிகளை தயாரிப்பதற்கு சரியான அளவிற்கு மரக்கட்டைகளை வெட்டி விட்டு அவற்றிற்கிடையே காகிதத் துண்டுகளை அடுக்கி அவற்றை சிவப்புத் துணியால் மூடி வைத்துவிட்டால் போதும். புராதன ஓலைச் சுவடி ஏதோ அங்கிருப்பது போலவே அது நிச்சயமாக காட்சியளிக்கும்.

'அதேதான் மிஸ்டர் சென்னிடம் இருந்த ஓலைச் சுவடிகள் பலவும் போலியானவை என்றுதான் நானும் நம்பினேன். அவர் வாங்கிய ஓலைச் சுவடிகள் உண்மையாகத்தான் இருந்திருக்கும். ஆனால் யாரோ அதை எடுத்துவிட்டு வெற்றுக்காகிதத்தை அதனிடத்தில் வைத்திருக்கிறார்கள். உண்மையான ஓலைச் சுவடி ஹிங்கோரானி போன்றவர்களிடம் விற்கப் பட்டிருக்கிறது' என்றார் ஃபெலுடா.

லால் மோகன் பாபுவிற்கு இப்போதுதான் பேச்சு வந்தது 'ஓஹோ....ஹோ மிஸ்டர் சென் வீட்டிற்கு நாம்முதன் முதலாக போனபோது என் கண்ணில் தென்பட்ட அந்தக் காகிதச் சுருள் நினைவிருக்கிறதா? நான் கூட ஏதோ பாம்பு என்று நினைத்தேனே! அது கூட உண்மையான ஓலைச் சுவடியை மாற்றிவிட்டு போலி ஓலைச் சுவடியை தயாரிக்க பயன்படுத்திய காகிதமாகத்தான் இருக்க வேண்டும்.'

'சந்தேகமே இல்லை' என்று உறுதியாக கூறினார் ஃபெலுடா.

நாங்கள் அப்போது அறையின் நடுவே நின்று கொண்டிருந்தோம். இரண்டு பக்கமும் அதாவது எங்களுக்கு வலது புறத்தில், இடது புறத்திலும் கதவுகள் தெரிந்தன. அவை மற்ற அறைகளுக்கு போவதற்கான வழியாக இருக்கலாம். ஒரு சில நிமிடங்களுக்கு முன்னால் நாங்கள் உள்ளே நுழைந்த முன் கதவு வழியாக பலத்த கடல்காற்று உள்ளே வேகமாக வந்து கொண்டிருந்தது. எங்களுக்கு வலது புறத்தில் இருந்த கதவு எதிர்பாராத வகையில் பலத்த சத்தத்துடன் திறந்து கொண்டது. அதைத் தொடர்ந்த நடந்தவை என் ரத்தத்தையே உறையச் செய்தன. அதை எழுதும்போது இப்போது கூட என் இதயம் நடுங்குகிறது.

திறந்த கதவின் வழியாக முதலில் உள்ளே பார்த்தவர் லால்மோகன் பாபு - அவர் தொண்டையிலிருந்து விசித்திரமானதொரு சத்தம் வெளிப்பட்டது அவரது கண்கள் வெளியே வந்து விழுந்து விடும்போலிருந்தது. மயக்கமாகி விடுவாரோ என்றும் தோன்றியது. ஃபெலுடா வேகமாக முன்னே சென்று அவர் தரையில் விழுந்து விடாதவாறு தடுத்துப் பிடித்துக் கொண்டார். பேச இயலாத பயத்துடன் அடுத்த அறையில் தரையில் கிடந்த உருவத்தை நான் வெறித்துப் பார்த்தேன். அது ஒரு ஆண்தான். இல்லையில்லை. அது ஒரு ஆணின் சடலம். அதன் கண்கள் விரியத் திறந்திருந்த போதிலும் அந்த உடல் கொஞ்ச நேரமாகவே அங்கே கிடக்கிறது என்பதை என்னால் கூற முடியும். அந்த உடலை அடையாளம் காண்பது ஒன்றும் அவ்வளவு கடினமான செயலாக இருக்கவில்லை.

அங்கே கிடந்தது டிஜி செ்னின் செயலாளர் நிதிஷ் போஸின் உடல்தான்.

பதினொன்று

அன்று ஃபெலுடா காலைச் சிற்றுண்டியை தியாகம் செய் வேண்டியதாயிற்று.

லால்மோகன் பாபு ஓரளவிற்கு இயல்பு நிலைக்குத் திரும்பியதும் நாங்கள் அருகில் இருந்த ரயில்வே ஓட்டலுக்குச் சென்று அங்கிருந்த போலீஸுக்குத் தகவல் சொன்னோம். பின்பு நாங்கள் தங்கியிருந்த ஓட்டலுக்குத் திரும்பினோம்.

சற்று நேரத்திற்குப் பிறகு ஃபெலுடா எங்களை விட்டுவிட்டு வெளியே கிளம்பினார். 'கொஞ்சம் வேலை இருக்கிறது. குறிப்பாக மீனவர்காலனியில். நான் போய் வருகிறேன்' என்றார் அவர். கீழே கிடந்த உடலை தொடாமலேயே மிஸ்டர் போஸ் ஏதோ வலுவான கட்டை போன்ற பொருளால்தான் கொல்லப்பட்டிருக் கிறார் என்று அவர் ஏற்கனவே எங்களிடம் கூறியிருந்தார். என்றாலும் கொலைக்கான ஆயுதம் எதுவும் அங்கே தென்படவில்லை. உடைந்து நொறுங்கிக் கொண்டிருந்த அந்த பழமையான புஜங்க நிவாஸை மரண வீடு என்று லால் மோகன் பாபு கூறியபோது உண்மையைத்தான் அவர் சொல்கிறார் என்று யாருக்குத் தெரியும்?

என்றாலும் ஒரு நல்ல செய்தியும் இருந்தது. டிஜி சென்னும் அவரது மகனும் மீண்டும் ஒன்றுசேர்ந்து விட்டார்கள் என்று தோன்றியது. புஜங்க நிவாஸை விட்டு நாங்கள் வெளியே வந்தபோது சாகரிகாவை நான் தற்செயலாக ஏறிட்டுப் பார்த்தேன். மேல் மாடியில் தந்தையும் மகனும் நின்று கொண்டிருப்பதை காண முடிந்தது. மஹிம் சென் எங்களைப் பார்த்து கையசைத்தார். எல்லாம் நல்லபடியாக முடிந்தது என்றுதான் தோன்றியது. திடீரென்று இந்த மணமாற்றம் எப்படி ஏற்பட்டது என்றுதான்

என்னால் கூற முடியவில்லை. அதுதான் மிகவும் மர்மமாக இருந்தது.

ஃபெலுடா சுமார் பத்தே மூக்கால் மணிக்கு திரும்பி வந்தார். அவர் நேபாளத்திற்கு டிராங்க் கால் புக் செய்திருந்தது திடீரென்று நினைவிற்கு வந்தது. 'நீங்கள் கால் புக் செய்திருந்தீர்களே கிடைத்ததா?' என்று கேட்டேன்.

'ஆமாம் இப்போதுதான் பேசிவிட்டு வந்தேன்.'

'காத்மாண்டுவிற்குத்தான் பேசினீர்களா?'

'இல்லை. படான் என்ற காத்மாண்டுவிற்கு அருகிலுள்ள பழைய ஊருக்கு பேசினேன். பாக்மதி ஆற்றுக்கு அக்கரையில் இருக்கிறது அந்த ஊர்.

லால்மோகன் பாபு கிறீச்சிட்ட குரலில் கூறினார். 'ஃபெலு பாபு. இன்னமும் என்னால் அந்த அதிச்சியிலிருந்துமீள முடியவில்லை. இதோ பாருங்கள் இன்னமும் என் உடல் நடுங்கிக் கொண்டிருக்கிறது.'

'தயவு செய்து நிறுத்திக் கொள்ளுங்கள் லால்மோகன் பாபு இன்றைக்கு ராத்திரிக்கும் கொஞ்சம் மிச்சமிருக்கட்டும்.'

'ஏன் இன்றைக்கு ராத்திரி என்ன நடக்கப் போகிறது?'

ஃபெலுடா மிகவும் அமைதியாகச் சொன்னார். 'இன்று இரவு நாம் ஒரு காலால் அல்ல இரண்டு கால்களையும் கொண்டு நிற்க வேண்டியிருக்கும். காத்துக் கொண்டிருக்க வேண்டியிருக்கும்.'

'எங்கே?'

'நீங்களும் பார்க்கத்தானே போகிறீர்கள்? அது உங்களுக்கே தெரியத்தான் போகிறது.'

லால்மோகன் பாபு மீண்டும் பேசுவதற்கு வாயைத் திறந்து மூடிக் கொண்டார். என்றாலும் என்னைப் போலவே ஃபெலுடாவின் திடீர் மனமாற்றங்கள் அவருக்கும் நன்றாகத் தெரிந்த ஒன்றுதான். அந்த நேரத்தில் அவரிடம் ஆயிரம் கேள்வியைக் கேட்டாலும் நேரடியான பதில் வராது.

பேச்சை மாற்றும் வகையில் ஃபெலுடா சொன்னார். 'டாக்டர் சேனாபதி நல்ல புத்திசாலியான டாக்டர்தான். இளைஞரும் கூட.'

'என்ன? அதற்குள் அவரைப் போய் பார்த்து விட்டு வந்துவிட்டீர்களா?'

'ஆமாம் அவர்தான் டிஜி சென்னுக்கும் மருத்துவம் பார்க்கிறார். கடந்த ஏப்ரல் மாதம் கூட அவர் அமெரிக்காவிற்குப் போயிருந்தார். அந்த மருந்தை அவர் அங்கிருந்துதான் கொண்டு வந்திருக்கிறார்.'

'டயாபிட். ஏதோ ஒரு காரணத்தால் அந்தப் பெயர் என் நினைவில் பதிந்திருந்தது. ஏதோ நீ கேட்கிறாய் என்பதால் சொல்கிறேன். உனக்கு அந்த மருந்து எப்போதுமே தேவையிருக்காது என்று மட்டும்தான் என்னால் இப்போதைக்கு கூறமுடியும்.' என்று சிரித்துக் கொண்டே சொன்னார் பெலுடா. இந்த வார்த்தைக்கு பொருள் என்னவென்று கடவுளுக்குத்தான் வெளிச்சம் ஏனென்று அவரைக் கேட்கும் தைரியம் எனக்கில்லை.

ஒரு மணி நேரத்திற்குப் பிறகு இன்ஸ்பெக்டர் மஹாபாத்ரா போன் செய்தார். போலீஸ்துறை சார்ந்த அறுவை சிகிச்சை நிபுணர் தனது சோதனையை முடித்திருந்தார். அவரைப் பொறுத்தவரையில் மாலை 6 மணியிலிருந்து 8 மணிக்குள் நிதிஷ் போஸ் கொல்லப்பட்டிருக்க வேண்டும். அதுவும் கரடுமுரடான ஓர் ஆயுதத்தால். இன்னமும் அந்த ஆயுதம் கிடைக்கவில்லை. வராந்தாவிற்கு கீழே இருந்த மணலில் ரத்த அறிகுறிகளை போலீஸ் கண்டுபிடித்திருந்தது. முன் வாயிலுக்கு அருகேதான் இந்த படுகொலை அநேகமாக நிகழ்ந்திருக்க வேண்டும். அதன் பிறகுதான் போஸின் உடல் உள்ளே இழுத்துச் சென்றிருக்கப்பட வேண்டும்.

திடீரென்று ஏதோ எனக்குத் தோன்றியது. என்றாலும் ஃபெலுடாவிடம் எதையும் கூறுவதற்கு நான் தயாராக இல்லை. மிஸ்டர் போஸை கொன்றவர்கள் யாராக இருந்தாலும் அவர்கள் தான் அதே ஆயுதத்தைக் கொண்டு ஃபெலுடாவை தாக்கியிருக்கக் கூடுமோ என்ற கேள்வி எனக்குள் எழுந்தது. ஒரு வேளை அதனால் தான் நேரடியாக தலையில் காயம்படவில்லை என்ற போதிலும் அவரது தலையில் ரத்தம் படிந்திருக்க வேண்டும்.

சுமார் பனிரெண்டரை மணி அளவில் எனக்கு பசித்தது. லால் மோகன் பாபுவும் கூட சமையலறையிலிருந்து ரம்மியமான மணம் வருகிறது என்று சொல்லத் துவங்கினார். ஆனால் அந்த நேரத்தில்தான் பிலாஸ் மஜூம்தார் வந்து சேர்ந்தார்.

எந்தவித முன்னறிவிப்பும் இன்றி அவர் கேட்டார். 'நீங்களும் வருகிறீர்களா?'

குறிப்பேட்டில் எதையோ எழுதிக் கொண்டிருந்த ஃபெலுடா கேட்டார் 'எங்கே?'

'கெவூஞ்சர்கர் என்ற இடத்திற்கு சுற்றுலா துறை குளிர் பதனம் செய்யப்பட்ட வண்டி ஒன்றை ஏற்பாடு செய்திருக்கிறது. அதில் ஆறு பேர் போகலாம் ஆனால் ஒரே ஒரு நபரை மட்டும்தான் என்னால் திரட்ட முடிந்தது. ஸ்டேமேன் என்ற அமெரிக்கர். அவர் வன விலங்குகளைப் பற்றிய ஆர்வமுள்ளவரும் கூட. உங்களுக்கு அந்த இடம்பிடிக்கும் என்றுதான் நான் நினைக்கிறேன். நீங்கள் எங்களோடு வர விரும்பினால்.'

'எப்போது கிளம்புகிறீர்கள்?'

'மதிய உணவிற்குப் பிறகு.'

'இல்லை. மிக்க நன்றி உங்கள் அழைப்பிற்கு. இன்று மதியம் எனக்குக் கொஞ்சம் வேலை இருக்கிறது. இன்னும் சொல்லப் போனால், இன்னும் சில மணிநேரம் உங்களால் தங்க முடிந்தால் வனவிலங்குகளின் மாதிரிகளை பூரியிலேயே உங்களுக்கு காட்ட முடியும்.'

'இல்லை மிஸ்டர் மித்தர் மிக்க நன்றி!' என்று சிரித்தவாறே கூறிவிட்டு மஜ"ம்தார் கிளம்பினார்.

ஒரு நிமிடத்திற்குப் பிறகு பெரிய அமெரிக்க கார் ஒன்ற புறப்படும் சத்தம் கேட்டது. அது திரும்பி வடக்கு நோக்கிச் சென்றது.

இது போன்ற உற்சாகமான மனநிலை எனக்கு எப்போது எழுந்தது? என்னால் நினைவுப்படுத்திக் கொள்ள முடியவில்லை.

அன்று இரவு 9 மணிக்கெல்லாம் எங்களத இரவு உணவை முடித்துக் கொண்டோம். ஒரு மணி நேரத்திற்குப் பிறகு ஃபெலுடா புறப்படுவதற்கான நேரம் வந்துவிட்டது என்று அறிவித்தார். அவர் என்னிடம் ஏற்கனவே சொல்லியிருந்தார். 'நேரத்திற்கு தகுந்தபடி உடை உடுத்திக் கொள்ள வேண்டும். பைஜாமா குர்த்தா அல்லது வேறெந்த வெள்ளை உடையும் போடாதே. இருட்டில் மறைந்து கொள்வதற்கு ஏற்ற உடையை அணிந்து கொள்ள வேண்டும் என்று உனக்கு சொல்லித்தர வேண்டியதில்லை.'

இல்லை. அதற்கான அவசியமில்லை. பார்க் தெருவில் இருந்த மயானத்தில் எங்களுக்கு ஏற்பட்ட அனுபவம் எனக்கு நினைவிற்கு வந்தது.

ஃபெலுடா மேலும் சொன்னார். 'இன்று இரவு கீழே ஏதோ நடக்கப்போகிறது என்று என் உள்ளுணர்வு சொல்கிறது. ஆனால் அதை என்னால் உறுதியாகச் சொல்ல முடியாது. எனவே இதில் ஏமாற்றம் ஏற்பட்டாலும் தாங்கிக் கொள்ள தயாராக இருங்கள்!'

நாங்கள் வெளியே வந்தவுடன் வானத்தை ஏறிட்டுப் பார்த்தேன். நட்சத்திரங்கள் எதுவுமே கண்ணில் தென்படவில்லை. அவ்வப்போது வானத்தை ஏறிட்டுப் பார்க்கும் வழக்கத்தை கொண்டிருந்த (நட்சத்திரங்களையோ அல்லது நிலவையோ தேடி அல்ல; ஸ்கைலாப் விண்கலம் கீழே விழும் அறிகுறி தென்படுகிறதா என்று பார்க்கத்தான்) லால்மோகன் பாபுவும் இப்போது தலையை உயர்த்தி வானத்தைப் பார்த்து விட்டுச் சொன்னார். 'காற்று மட்டும் வேறுதிசையில் வீசினால் அதன் துண்டுகள் கடலில் விழுந்திருக்கும்' ஆனால்... இப்போது எதுவும் நடக்கலாம்.

புஜங்க நிவாஸை மணல் சூழ்ந்து கொண்டிருந்த போதிலும் அதிலிருந்து சுமார் 50 மீட்டர் தூரத்தில்தான் கடற்கரை இருந்தது. கடற்கரை துவங்குகின்ற இடத்தில் ஒரு சில தற்காலிக நிழற்குடைகள் இருந்தன. அநேகமாக ரயில்வே ஓட்டலில் தங்குபவர்கள் கடலில் குளிக்க வரும்போது அமர்வதற்காக அதை உருவாக்கியிருந்தார்கள் என்றுதான் தோன்றியது. மூங்கில் கம்புகளின் மேலே பெரிய ஓலைகளைக் கொண்டு இந்த நிழற்குடைகள் அமைக்கப்பட்டிருந்தன. அவற்றில் ஒன்றின் அருகே சென்று நின்றார் ஃபெலுடா. எங்களுக்குப் பின்னால் கடல் ஆர்ப்பரித்துக் கொண்டிருந்தது என்றாலும் இருட்டில் எதுவும் கண்ணுக்குத் தென்படவில்லை. நாங்கள் நின்றிருந்த இடத்தைத் தாண்டி யாராவது சென்றாலும் கூட, அவரது உருவத்தை எங்களால் பார்க்க முடியுமே தவிர அவரை அடையாளம் காண எங்களால் முடியாது. அப்படியிருக்கும்போது எங்களை கண்டுபிடிப்பது என்பதற்கு வழியே இல்லை. ஒளிந்து கொள்வதற்கு இதை விடச் சிறந்த இடத்தை பெலுடாவால் தேர்ந்தெடுத்திருக்க முடியாது. நாங்கள் ஏன் ஒளிந்து கொண்டிருக்கிறோம் என்று இன்னமும் எனக்குப் புரியவில்லை. நான் ஒரு வேளை கேட்டாலும் ஃபெலுடா பதில் சொல்ல மாட்டார் என்றும் எனக்குத் தெரியும். எல்லாவற்றையும் தனக்குள்ளேயே வைத்துக் கொள்ளும் ஃபெலுடாவின் இந்தப் பழக்கம் குறித்து எரிச்சலடைந்த லால்மோகன் பாபு ஒரு முறை அவரிடம் இப்படி கூறினார். 'ஃபெலு பாபு நீங்கள் மர்மக்கதைகளை

திரைப்படமாக்க வேண்டும். மூச்சுத் திணறியே மக்கள் செத்துப் போவார்கள். ஏன் ஹாட்ச்சிக் ஐ (ஹிட்ச்காக்) விட உங்கள் படம் நன்றாகவே இருக்கும் என்றுதான் கூறுவேன்!'

நாங்கள் நின்று கொண்டிருந்த இடத்திலிருந்து சென் வசித்து வந்த வீட்டை பார்க்க முடிந்தது. இரண்டாவது மாடியில் இருந்த அவரது அறையில் இன்னமும் விளக்கு எரிந்து கொண்டிருந்தது. முதல் மாடியில் எரிந்து கொண்டிருந்த விளக்கு அப்போதுதான் அணைந்தது. சுற்றுச் சுவரையும் மீறி தரைத்தளத்தில் ஒரே ஒரு ஜன்னலை மட்டும்தான் பார்க்க முடிந்தது. ஒரு விளக்கு எரிந்து கொண்டிருந்தது. அநேகமாக லக்ஷ்மண் பட்டாச்சார்யா இன்னமும் விழித்துக் கொண்டுதான் இருக்க வேண்டும்.

இன்னமும் நாங்கள் அந்த நிழற்குடையின் கீழே மணலில்தான் நின்று கொண்டிருந்தோம். முழுமையான அமைதி. உரக்க சத்தமிட்டுக் கொண்டிருந்த அலைகளுக்கு மத்தியில் பேசுவது என்பது கஷ்டமாகவும் இருக்கும். இதற்குள் இருட்டு என் கண்களுக்கு பழக்கமாகிப் போனது. ஒரு சிலவற்றை என்னால் பார்க்கவும் முடிந்தது. எனக்கு இடதுபுறத்தில் லால்மோகன் பாடு இருந்தார். அவரது வழுக்கைத் தலையைச் சுற்றியிருந்த ஒரு சில முடிக்கற்றைகளும் கூட இப்போது பலமாக வீசிக் கொண்டிருந்த காற்றில் வேகமாக பறந்து கொண்டிருந்தது. காற்றில் விறைத்து நிற்கும் கோரைப் புற்களைப் போல அது காட்சியளித்தது. ஃபெலுடா எனக்கு வலது புறத்தில் இருந்தார். அவர் தனது இடது கையை தூக்கி கடிகாரத்தை நோக்குவதையும் பார்த்தேன். பின்பு அவர் கையை தோள்பையில் விட்டு ஒரு பொருளை வெளியே எடுத்தார். அவரது ஜப்பானிய தொலை நோக்கி கருவிதான் அது.

அதில் கண்களை வைத்துப் பார்த்தார். அவர் எதைப் பார்க்கிறார் என்ற எனக்குத் தெரியும். டிஜி சென் திறந்த ஜன்னலுக்கருகே நின்று கொண்டிருந்தார். ஒரு சில நொடிகளுக்குப் பிறகு அவர் நகர்ந்து வலது கையால் எதையோ எடுத்துக் கொண்டார்.

அது என்னவாக இருக்கும்?

அது ஒரு கண்ணடி டம்ளர். அதிலிருந்து அவர் என்ன குடிக்கிறார்?

தரைத்தளத்தில் எரிந்து கொண்டிருந்த விளக்கு அணைந்துபோனது. இப்போது மிஸ்டர் சென்னும் தனது

விளக்கை அணைத்து விட்டார். திடீரென்று எங்களைச் சுற்றி இருள் கவிந்து கொண்டதைப் போலத் தோன்றியது. என்றாலும் என்னோடு இருந்தவர்களை அவர்கள் எப்படியாவது அசைந்தால் என்னால் லேசாக பார்க்க முடியும்.

லால்மோகன் பாபு அவரது டார்ச் ஐ வெளியே எடுத்தார். நான் உடனடியாகக் குனிந்து அவரது காதுகளில் முணுமுணுத்தேன். 'டார்ச் ஐ இயக்கி விடாதீர்கள்! அதற்கு பதில் அவர் தலையை திருப்பி என்னிடம் முணுமுணுத்தார். 'இதுவும் ஒரு வகையான ஆயுதம்தான். சமயத்தில் உதவும். நான் அதை இயக்காவிட்டாலும் கூட!' அவர் தலையை நகர்த்திக் கொண்டார். சரியாக அந்த நேரத்தில் நான் பார்த்த காட்சி என் இதயத்தை துணுக்குற வைத்தது. எங்களுக்கு வலது புறத்தில் சுமார் 10 மீட்டர் தூரத்தில் இன்னுமொரு நிழற்குடை இருந்தது. அதற்குப் பக்கத்தில் ஒரு ஆள் நின்று கொண்டிருந்தார். அந்த ஆள் எப்போது அங்கே வந்தார் என்று கடவுளுக்குத்தான் தெரியும். லால்மோகன் பாபுவும் அவரைப் பார்த்துவிட்டார். திகைப்புடன் அவர் தனது டார்ச் ஐ கீழே போட்டுவிட்டார்.

ஃபெலுடா?

அவர் அந்த ஆளைப் பார்க்கவில்லை. இப்போது அவரது பார்வை சாகரிகாவின் மீதே நிலைத்து நின்றது. நானும் அந்தத் திசையிலேயே என் பார்வையை ஓட்ட வேண்டிய கட்டாயம் ஏற்பட்டது. ஃபெலுடா ஏற்கனவே கண்டு கொண்டிருந்தது என் கண்களிலும் தென்பட்டது.

சாகரிகாவிலிருந்து ஒரு ஆள் வெளியேறி வந்து கொண்டிருந்தார். அவர் எங்களை நோக்கியா வந்து கொண்டிருந்தார்? இல்லை அவர் நேராக இடிந்துபோய் ஆள்புழக்கமில்லாது இருந்த புஜங்க நிவாஸை நோக்கி நடந்து கொண்டிருந்தார். அந்த கட்டிடத்தை நெருங்கும்போது அவரது வேகம் குறைந்தது. பின்பு அதன்தூண்களில் ஒன்றின் அருகே நின்று விட்டார். அவர் என்ன செய்யப் போகிறார்?

அடுத்த கணமே அதற்கு விடை கிடைத்து விட்டது. இரண்டாவது ஒரு நபர் வீட்டிற்குப் பின்னாலிருந்து வந்து முதலில் வந்தவரோடு சேர்ந்து கொண்டார். அந்த வீட்டின் முன் வாயிலுக்கு முன்னால் இரண்டு ஆண் உருவங்கள் நின்று கொண்டிருந்தன. அவர்கள் பேசிக் கொண்டார்களா என்று சொல்வது கஷ்டம். ஆனால் ஒரு சில நொடிகளுக்குள்ளேயே

அவர்கள் பிரிந்து போய் எதிரெதிர் திசையில் நடக்கத் துவங்கினார்கள். சாகரிகாவிலிருந்த வந்த நபர் இப்போது திரும்பிப் போய்க் கொண்டிருந்தார்.

அய்யய்யோ லால் மோகன் பாபு கவனமின்றி தன் கையிலிருந்த டார்ச் ஐ நோண்டிக் கொண்டிருந்து தற்செயலாக அதை இயக்கிவிட்டார். பெலுடா அதை அவர் கையிலிருந்து பிடுங்கி மணலில் தூக்கிப் போட்டு விட்டார். அதே கணத்தில் யாரோ துப்பாக்கியால் சுட்டார்கள். ஒரு குண்டு நாங்கள் நின்று கொண்டிருந்தது நிழற் குடையின் மூங்கிலைத் துளைத்து அது கிழியுமளவிற்கு சத்தத்தை ஏற்படுத்தியது. லால்மோகன் பாபுவின் கழுத்து ஒரு சில இஞ்ச் இடைவெளியில்தான் அந்த குண்டிலிருந்து தப்பித்திருந்தது.

'அந்த ஆளைப்பிடி! என்று தணிந்த குரலில் கூறி விட்டு இரண்டாவது ஆளை நோக்கி ராக்கெட் வேகத்தில் பறந்தார் ஃபெலுடா. அவரிடமிருந்து வெளிப்பட்ட ஒரு சில வார்த்தைகளே எனது பயத்தை போக்குவதற்கு போதுமானதாக இருந்தது என்பதை நினைக்கும்போது எனக்கே வியப்பாகத்தான் இருந்தது. ஒரு வார்த்தை கூட பேசாமல் முதல் ஆளைநோக்கி ஓடினேன்.

வெகு விரைவிலேயே நான் அவரை நெருங்கி விட்டேன். அவரது காலுக்கு கீழே விழுந்து ரக்பி விளையாட்டில் செய்வது போல இரண்டு கால்களையும் பிடித்து இழுத்தேன். அந்த ஆள் அப்படியே குப்புற விழுந்ததும் முதுகில் ஏறி அமர்ந்து கொண்டேன். பின்புதான் ஃபெலுடா எங்கே இருக்கிறார் என்று சுற்று முற்றும் பார்த்தேன்.

சற்று தூரத்தில் இரண்டு உருவங்கள் ஒன்றையொன்று பார்த்தபடி நின்று கொண்டிருப்பதைப் பார்த்தேன். அதில் ஒரு உருவம் கையை உயர்த்தி அடுத்தவரின் தாடையை நோக்கி இறங்கியது. ஒரு நொடிப் பொழுதில் இரண்டாவது உருவம் கீழே விழுந்தது. அவ்வாறு கீழே விழும்போது தட் என்ற சத்தமும் கூட லேசாக எனக்குக் கேட்டது.

இதற்கிடையே லால்மோகன் பாபு என்னோடு சேர்ந்து கொண்டார். கையில் பிடித்திருந்த டார்ச் ஐ ஆட்டியபடியே அங்குமிங்குமாக அசைந்து கொண்டிருந்தார். எனக்குக் கீழே திணறிக் கொண்டிருந்த ஆளை வாய்ப்பு கிடைத்தால் ஒரே போடாகக் போடலாம் என்று அவர் காத்திருந்த மாதிரி எனக்குத் தோன்றியது. என்றாலும் மீண்டும் தட் என்ற சத்தம் கேட்டது.

உற்சாக மிகுதியில் லால்மோகன் பாபு தனது கையிலிருந்த ஆயுதத்தை கீழே தவறவிட்டார் என்று எனக்குப் புரிந்தது.

'அவரை இங்கு கொண்டு வாருங்கள்!" என்று கத்தினார் பெலுடா.

இந்த முறை லால் மோகன் பாபு மிகவும் உதவிகரமாக இருந்தார். அவர் ஒரு காலை பிடித்துக் கொள்ள மற்றொரு காலை நான் பிடித்துக் கொண்டு அந்த ஆளை அப்படியே ஸ்பெலுடா நின்று கொண்டிருந்த இடத்திற்கு இழுத்துச் சென்றோம். ஸ்பெலுடாவின் ஒரு கால் அந்த நபரின் நெஞ்சிலும் மற்றொரு கால் அவரது வலது கையின் மீதும் பதிந்திருந்தது. அந்தக் கையில் இருந்த துப்பாக்கிதான் சற்று தூரத்தில் விழுந்து கிடந்தது.

'இன்று வரையில் உன் தாடையில் காயம் ஏதும் இருக்கவில்லை. ஆனால் இதற்குப் பிறகு அங்கே நிரந்தரமாக ஒரு தழும்பு இருக்கும்!' என்று உறுதியான குரலில் சொன்ன ஸ்பெலுடா கையிலிருந்த டார்ச் வெளிச்சத்தை கீழே விழுந்து கிடந்து நபரின் மேல் வீசினார்.

வன விலங்கு என்ற வார்த்தை என் மனதிற்குள் ஓடி மறைந்தது. கண்களில் கோபம் கொப்பளிக்க ஃபெலுடாவை வெறித்துப் பார்த்துக் கொண்டிருந்த அந்த உருவம் பிலாஸ் மஜும்தார்தான். அவரது இடது கையில் சிவப்பு பட்டுத் துணியில் சுற்றப்பட்ட ஒரு பொருள் இன்னமும் இருந்தது. இன்னும் ஒரு ஓலைச் சுவடியா? ஃபெலுடா கீழே குனிந்து அதை அவரது கையிலிருந்து பிடுங்கிக் கொண்டார். பின்பு டார்ச் வெளிச்சத்தை எங்களிடம் சிறைப்பட்டிருந்த நபரின் மேல் வீசினார். 'உங்கள் நெற்றிக் கண் இப்போது என்ன சொல்கிறது லக்ஷ்மண பாபு' உங்கள் எதிர்காலம் பற்றி என்ன எழுதியிருந்தது என்று உங்களுக்குத் தெரியுமா?' என்று கேட்டார் ஃபெலுடா.

திடீரென்று அந்த கும்மிருட்டில் பல உருவங்கள் ஒவ்வொன்றாக வெளிப்படத் துவங்கின. இவர்கள் யார்? இவ்வளவுநேரம் எங்கிருந்தார்கள் இவர்கள் எல்லோரும்?

அவர்களில் ஒருவரைப் பார்த்து பெலுடா சொன்னார். 'ஹலோ மிஸ்டர் மஹாபாத்ரா இந்த இரண்டு குற்றவாளிகளையும் உங்களிடம் ஒப்படைகிறேன். என்றாலும் நான் இன்னமும் என் வேலையை முடிக்கவில்லை. நாம் எல்லோரும் போய் புஜங்க நிவாஸின் வரவேற்பு அறையில் சென்று அமரலாம் என்று நினைக்கிறேன். இந்த இருவரும் கூட நம்மோடு வர வேண்டும்.'

நான்கு போலீஸ்காரர்கள் முன்னே வந்து பிலாஸ் மஜும்தாரையும் லக்ஷ்மண பட்டாச்சார்யாவையும் பிடித்துக் கொண்டார்கள். 'மஹீம் பாபு நீங்கள் இங்கேதான் இருக்கிறீர்களா?' என்று குரல் கொடுத்தார் ஃபெலுடா.

'ஆமாம் இங்கேதான் இருக்கிறேன்!' என்று மஹீம் பாபு கையை உயர்த்தினார். திடுக்கிட்டுப் போன நான் அவரை பார்த்தபோதுதான் எங்களுக்கு அருகே இருந்த நிழற் குடையின் பக்கத்தில் நின்று கொண்டிருந்த நபர் அவர்தான் என்று புரிந்தது. 'அப்பாவும் நம் அருகே வந்து கொண்டிருக்கிரார் என்றுதான் நினைக்கிறேன். அதோ பாருங்கள் கையில் டார்ச் உடன் அவர் வந்து கொண்டிருக்கிரார்' என்று சுட்டிக் காட்டினார் மஹீம்சென்.

'அந்தக் கட்டிடத்தின் முன்பக்க அறையில் நாம் உட்காருவதற்கான ஏற்பாடுகளை செய்திருக்கிறோம். எல்லோருக்கும் இடமிருக்கிறது கவலை வேண்டாம்' என்று புஜங்க நிவாஸை சுட்டிக் காட்டினார் மஹாபாத்ரா.

'இங்கே வெளியே இருப்பதே நன்றாகத்தானே இருக்கிறது? நாம் ஏன்' என்று துவங்கினார் லால் மோகன் பாபு ஆனால் அவர் சொன்னதை யாரும் காதில் போட்டுக் கொண்டதாகத் தெரியவில்லை. ஏனென்றால் எல்லோருமே புஜங்க நிவாஸை நோக்கி ஏற்கனவே நடக்கத் துவங்கியிருந்தார்கள்.

பன்னிரெண்டு

'உள்ளே வாருங்கள் மிஸ்டர் சென். நாங்கள் எல்லோருமே உங்களுக்காகத்தான் காத்துக் கொண்டிருக்கிறோம்' என்றபடியே கதவைத் திறந்தார் பெலுடா. மஹீம் சென்னும் அவரது தந்தையுடன் உள்ளே நுழைந்தார். அறையில் மூன்று லாந்தர் விளக்குகள் எரிந்து கொண்டிருந்தன. அந்த அறையை சுத்தம் செய்ய போலீஸ் ரொம்பவே கஷ்டப்பட்டிருக்க வேண்டும். அந்த அறையே இப்போது முற்றிலுமாக மாறிப் போயிருந்தது.

தந்தையும் மகனும் இரண்டு நாற்காலிகளில் அமர்ந்து கொண்டனர்.

'இதோ உங்களது கல்பசூத்ரா' என்றபடியே பிலாஸ் மஜும்தாரிடமிருந்து கைப்பற்றிய ஓலைச் சுவடியை அவரிடம் நீட்டினார் ஃபெலுடா. மிஸ்டர் சென் அதை கைநீட்டி வாங்கிக் கொள்ளும்போது மிகவும் நிம்மதியடைந்தவராகத் தோன்றினர். என்றாலும் மிகுந்த கவலையுடன் அவர் கேட்டார் : 'இன்னொரு ஓலைச்சுவடி என்ன ஆயிற்று?'

'அதைப் பற்றி பிறகு சொல்கிறேன். நீங்கள் கொஞ்ச நேரம் பொறுத்துக் கொள்ளத்தான் வேண்டும். இன்று நீங்கள் தூக்க மாத்திரையை போடவில்லை என்று நினைக்கிறேன். சரிதானே?'

'இல்லையில்லை. அதுதான் இந்த விபத்துக்கு வழிவகுத்தது. நேற்று இவர் எனது குடிநீரில் எதைக் கலந்து கொடுத்தார் என்று கடவுளுக்குத்தான் தெரியும்!' என்றபடியே கோபத்துடன் லக்ஷ்மண் பட்டாச்சார்யாவை பார்த்து முறைத்தார் அவர்.

'இந்த மோசடிப் பேர்வழியிடம் நீங்கள் ஏன் போனீர்கள் என்றுதான் என்னால் புரிந்து கொள்ள முடியவில்லை. இந்த

ஊரில் வேறு நல்ல டாக்டர்கள் பலர் இருக்கிறார்கள் என்று உங்களுக்குத் தெரியாதா?'

'தெரியும் மிஸ்டர் மித்தர். ஆனால் இவரேதான் என்னிடம் வந்தார். வேறு பலரும் இவர் நன்றாக வைத்தியம் பார்க்கிறார் என்று சொன்னார்கள். எனவேதான் அவருக்கும் ஒரு வாய்ப்பு கொடுத்துப் பார்க்கலாமே என்று நினைத்தேன். அதுபோக பழைய ஓலைச்சுவடிகள், கையெழுத்துப் பிரதிகள் பற்றியெல்லாம் தனக்குத் தெரியும் என்றும், எனக்கு ஒரு சிலவற்றை பெற்றுத் தர முடியும் என்றும் கூறினார்'

'இதுதான் உங்களின் மிகப் பெரிய பலவீனம், இல்லையா? அவர் அதை தனக்கு சாதகமாக முழுமையாகப் பயன்படுத்திக் கொண்டார். அது போகட்டும். டயாபிட் இப்போது நன்றாக வேலை செய்கிறது என்று நினைக்கிறேன். இழந்த நினைவுகளை திரும்பப் பெறுவதற்கு நவீன மருந்துகளில் அதுதான் மிகச் சிறந்தது.'

மிஸ்டர் சென் மிகுந்த வியப்புடன் கூறினார். 'அது எனக்கு மந்திரம் போல வேலை செய்கிறது. ஒன்றன் பின் ஒன்றாக கதவு திறப்பதைப் போல எனது நினைவுகள் திரும்ப வருகின்றன. நல்ல வேளை. டாக்டர் சேனாபதி அவராகவே என்னிடம் வந்து அந்த மருந்தைக் கொடுத்தார். இதற்கு முன்னால் அவர்தான் எனக்கு சிகிச்சை அளித்த டாக்டர் என்பதைக் கூட நான் மறந்து போயிருந்தேன்!'

'நல்லது. மிஸ்டர் சென். இந்த நபரை உங்களுக்கு அடையாளம் தெரிகிறதா?' என்றபடியே பிலாஸ் மஜும்தார் மீது டார்ச் வெளிச்சத்தை அடித்துக் காண்பித்தார் பெலுடா. மிஸ்டர் சென் அவரை சில நொடிகள் உற்றுப் பார்த்துவிட்டுச் சொன்னார். 'ஆமாம். அவரது கண்களையும் குரலையும் வைத்து நேற்றே அடையாளம் கண்டு கொண்டுவிட்டேன். என்றாலும் கூட என்னால் உறுதியாகச் சொல்ல முடியவில்லை.'

'அவரது பெயர் உங்களுக்கு நினைவிருக்கிறதா?'

'நிச்சயமாக. ஆனால் இங்கே அவர் பெயரை மாற்றியிருக்கக் கூடும்.'

'அவரது பெயர் சர்க்கார்தானே?'

'ஆமாம். நீங்கள் சொல்வது சரிதான். மிஸ்டர் சர்க்கார். ஆனால் முழுப் பெயரை நான் தெரிந்து கொள்ளவில்லை.'

'போய். போய். என் பாஸ்போர்ட் ஐ வேண்டுமானால் பார்க்கிறீர்களா?' என்று கத்தினார் மஜூம்தார்.

ஃபெலுடா கடுமையான குரலில் கூறினார். 'இல்லை. எனக்கு வேண்டாம். உன்னைப் போன்ற திருடனிடம் போலி பாஸ்போர்ட் இருக்கவும் கூடும். அதுவே எல்லாவற்றையும் நிரூபித்து விடாது. அதனால்தான் என்ன பயன்? அதில் நீதான் பிலாஸ் மஜூம்தார் என்றிருக்கும். சரிதானே? அடையாளமாக நெற்றியில் ஒரு பெரிய மச்சம் இருக்கும் என்றும் அதில் எழுதியிருக்கும். இதோ நீங்களே பாருங்கள்!'

ஃபெலுடா மஜூம்தாரை நோக்கி நடந்து சென்றார். பாக்கெட்டிலிருந்து கர்ச்சீப் ஐ எடுத்தார். பின்பு எந்தவித முன்னறிவிப்பும் இன்றி அவர் நெற்றியில் கர்ச்சீப் ஆல் அடித்தார். போலி மச்சம் தரையில் உருண்டு விழுந்தது.

'பிலாஸ் மஜூம்தாரைப் பற்றி நிறையவே விசாரித்து வைத்திருக்கிறாய். பனிச் சிறுத்தையை படம் பிடிப்பதற்காக அவர் நேபாளம் சென்றது பற்றியும், அங்கே ஒரு விபத்தில் அவர் சிக்கியதைப் பற்றியும் கேள்விப்பட்டிருக்கிறாய். அவர் எந்த மருத்துவமனையில் சேர்க்கப்பட்டார், எந்த மாதிரியான காயம் அவருக்கு ஏற்பட்டது என்ற விவரங்களையும் கூட சேகரித்திருக்கிறாய். சென்ற மாதம் வரையில் அதே மருத்துவமனையில்தான் அவர் இருந்திருக்கிறார். என்றாலும் ஒரே ஒரு சின்ன செய்தியை மட்டும் நீ பார்க்காமலிருந்துவிட்டாய். நான் அதைப் படித்தேன். என்றாலும் அந்த நேரத்தில் அதில் உரிய கவனம் செலுத்தவில்லை. நான் படித்ததாக எனக்கு லேசாக நினைவில் இருந்த செய்தியை காத்மாண்டுவில் உள்ள வீர் மருத்துவமனையைச் சேர்ந்த டாக்டர் பார்கவ் நேற்றுதான் உறுதிப்படுத்தினார். பிலாஸ் மஜூம்தாருக்கு ஏற்பட்ட மிக மோசமான காயம் அவரது மூளையில்தான் ஏற்பட்டிருந்தது. மூன்று வாரங்களுக்கு முன்புதான் அவர் இறந்து போனார்.'

அறையிலிருந்து லாந்தர்களிலிருந்து வெளிப்பட்ட மெல்லிய வெளிச்சத்திலும் கூட அந்த நபர் பீதியில் வெளுத்துப் போய் நிற்பதை என்னால் காண முடிந்தது. ஃபெலுடா தொடர்ந்து சொன்னார் : 'இதோ பாருங்கள் மிஸ்டர் சர்க்கார்! உங்கள் தொழில் என்னவென்பதை எந்த பாஸ்போர்ட்டும் சொல்லாது. நீங்கள் ஒரு கடத்தல்காரன். பொருட்களை நீங்களாகவே திருடாமல் இருக்கலாம். என்றாலும் அத்தகைய திருட்டுப்

பொருட்களை கடத்துவதற்கு நிச்சயமாக நீங்கள் உதவி செய்து வந்திருக்கிறீர்கள். பட்சானில் உள்ள அரண்மனை மியூசியத்திலிருந்து திருடப்பட்ட ஓலைச் சுவடிதான் காத்மாண்டுவில் உங்களுக்கு கிடைத்திருக்கிறது. மிச்ச விவரங்களை மிஸ்டர் சென் சொல்வார்.'

இரும்பை ஒத்த உறுதியும் இரக்கமற்ற உணர்வும் கொண்டதாக தெரிந்த டி.ஜி. சென்னின் கூரிய கண்கள் சர்க்காரை சுட்டெரிப்பது போல் நோக்கின. அவர் சொன்னார் 'காத்மாண்டுவில் ஒரே ஓட்டலில்தான் நானும் இவரும் தங்கியிருந்தோம். ஒரு நாள் தவறுதலாக அவரது அறைக் கதவை நான் திறந்துவிட்டேன். அந்த அறையில் இவரைத் தவிர மேலும் இரண்டு பேர் இருப்பதையும் பார்த்தேன். அவர்களில் ஒருவர் சிவப்பு பட்டுத் துணியால் சுற்றப்பட்ட ஒரு பொருளை இவரிடம் நீட்டிக் கொண்டிருந்தார். அது ஒரு ஓலைச்சுவடிதான் என்பதை நான் உடனடியாக உணர்ந்து கொண்டேன். அந்த நேரத்தில் என்னால் செய்ய முடிந்ததெல்லாம் மன்னிப்பு கேட்டு விட்டு அறையை விட்டு வெளியே வருவதுதான். அன்று இரவு எனக்கு என்ன ஆயிற்று என்று கடவுளுக்குத்தான் தெரியும். நான் கண் விழித்துப் பார்த்தபோது மருத்துவ மனையில் இருந்தேன். இந்த சம்பவத்திற்கு முந்தைய நினைவுகள் அனைத்துமே என்னை விட்டுப் போயிருந்தன. என்றாலும் மக்கள் என்னிடம் மிகவும் அன்பாக நடந்து கொண்டார்கள். ஓட்டலிலிருந்து எனது முகவரியை தேடிக் கண்டுபிடித்தார்கள். இறுதியில் எனது குடும்பத்தினருக்கும் தகவல் தெரிவித்தார்கள். நிஷித் வந்துதான் என்னை அழைத்து வந்தான். அந்த மருத்துவமனையில் நான் மூன்றரை மாதங்களை கழிக்க வேண்டியிருந்தது.'

'உங்கள் நினைவில் விடுபட்ட விஷயங்களை என்னால் நிரப்ப முடியும் என்றுதான் நினைக்கிறேன். நான் சொல்வதில் ஏதாவது தவறு இருந்தால் மிஸ்டர் சர்க்கார் அதைத் திருத்தலாம் என்று நினைக்கிறேன், சரிதானே?' என்று மிகச் சாதாரணமாகக் கூறிய ஃபெலுடா மேலும் தொடர்ந்தார். 'உங்களை நினைவிழக்கச் செய்வதற்கு எதையோ கொடுத்திருக்கிறார் என்பது நிச்சயம். பின்பு நினைவிழந்த நிலையில் உங்களை நகரத்திலிருந்து காரில் எடுத்துச் சென்று மலைப் பகுதிக்குப் போயிருக்கிறார்கள். அங்கே 500 அடி உயரத்திலிருந்து உங்களை வீசி எறிந்திருக்கிறார்கள். நீங்கள் இறந்து போய் விட்டீர்கள் என்று மிஸ்டர் சர்க்கார் உறுதியாக நம்பி விட்டார். என்றாலும் 9 மாதங்களுக்குப் பிறகு

திருடப்பட்ட அந்த ஓலைச் சுவடியை கைமாற்றுவதற்காக அவர் பூரிக்கு வந்தபோது, உங்கள் பெயர்ப் பலகையைப் பார்த்ததும் சந்தேகம் வந்திருக்கிறது. இப்போதைய உங்கள் நிலையைப் பற்றிய விவரங்கள் அனைத்தையும் அவருக்குக் கொடுத்தது உங்கள் கீழ் வீட்டில் தங்கியிருக்கிற லக்ஷ்மண் பட்டாச்சார்யாதான் என்றுதான் நான் நம்புகிறேன். நான் சொல்வது சரிதானே?'

இதுவரையில் ஒரு வார்த்தை கூட பேசாமல் நின்று கொண்டிருந்த லக்ஷ்மண் பட்டாச்சார்யா இதைக் கேட்டதும் வெடித்தார். 'நீங்கள் என்ன சார் சொல்கிறீர்கள்? எல்லா விவரங்களையும் அவருக்கு நான் கொடுத்தேனா? ஏன்? நீங்கள் அவரை என்னிடம் அழைத்து வந்த போதுதான் முதன் முதலாகப் பார்த்தேன்.'

ஃபெலுடா சற்று தூரம் நகர்ந்து லக்ஷ்மண் பட்டாச்சார்யாவிற்கு முன் நின்றார். 'உண்மையாகவா? அது சரி ஜோசியரே, இந்தக் கேள்விக்கு பதில் சொல்லுங்கள். நாங்கள் அவரை உங்களிடம் அழைத்து வந்தபோது நீங்கள் அவரை மெத்தையில் அமரச் சொல்லி விட்டு, எங்களை நாற்காலிகளில் அமரும்படி சொன்னீர்கள். நான் அல்ல, அவர்தான் பிலாஸ் மஜும்தார் என்று உங்களுக்கு எப்படித் தெரியும்? யார் உங்களிடம் சொன்னது?'

இதற்கு பதிலளிக்க லக்ஷ்மண் பட்டாச்சார்யாவால் முடியவில்லை. ஃபெலுடாவிடமிருந்து வந்த இந்த ஒரே ஒரு கேள்வியே அவரை முடக்கிப் போட்டுவிட்டதாகத் தோன்றியது.

ஃபெலுடா தொடர்ந்து சொன்னார். 'மிஸ்டர் சென்னின் ஞாபக மறதியைப் பற்றி கேள்விப்பட்டு, லக்ஷ்மண் பட்டாச்சார்யா அவருக்கு உதவி செய்வதாகக் கூறியதும்தான் ஓலைச் சுவடிகளை திருட வேண்டும் என்ற எண்ணம் மிஸ்டர் சர்க்காருக்கு உருவானது என்றுதான் நான் நினைக்கிறேன். மிகப் புராதனமான, விலை மதிப்பிற்குரிய ஓலைச் சுவடியை வாங்குவதற்கு பொருத்தமான நபரை மிக எளிதாக கண்டுபிடித்து விடலாம் என்றும் அவருக்குத் தெரியும். ஏனென்றால் மிஸ்டர் ஹிங்கோராணியும் அவர் தங்கியிருந்த அதே ஓட்டலில்தான் தங்கியிருந்தார். என்றாலும் மூன்று பெரிய பிரச்சனைகள் திடீரென்று எழுந்து நிலைமையை மோசமாக்கியது. முதலாவது நம்பத் தகாத ஒரு நபர் மிஸ்டர் சர்க்காரை பூரி வரையில்

தொடர்ந்து பின்பற்றி வந்து கொண்டிருந்தார். அது ரூப் சந்த் சிங்தான். உண்மையிலேயே அவர் உங்களுக்கு ரொம்பவே தொந்தரவு கொடுத்தார். இல்லையா? நினைவிழந்த ஒருவரை மலை உச்சிக்குக் காரில் எடுத்துச் சென்று அங்கிருந்து உருட்டி விடும்போது அந்த டிரைவருக்கு லஞ்சம் கொடுத்து சமாளிப்பது சுலபம்தான். என்றாலும் கொடுத்த தொகை அவருக்கு திருப்தியளிப்பதாக இல்லை என்று அந்த டிரைவர் நினைத்தால் என்ன செய்வது, அவர் பேராசை பிடித்தவனாக இருந்து மேலும் மேலும் பணம் கேட்டு பயமுறுத்திக் கொண்டிருந்தால் என்ன செய்வது? இத்தகைய சூழ்நிலையில் அந்த பயமுறுத்தல்காரரை கொல்வதைத் தவிர வேறு என்ன வழி இருக்கிறது மிஸ்டர் சர்க்கார்?'

'பொய்! பொய்! பொய்!' என்று நிராதரவான குரலில் கத்தினார் சர்க்கார்.

'ரூப் சந்த் சிங்கை கொல்வதற்கு காரணமாக இருந்த துப்பாக்கி குண்டு உங்கள் துப்பாக்கியிலிருந்துதான் வந்தது என்பதை நான் நிரூபித்து விட்டால்? சற்று நேரத்திற்கு முன்பு கூட அந்தத் துப்பாக்கியைத்தானே நீங்கள் பயன்படுத்தினீர்கள்? அப்போது என்ன சொல்வீர்கள்?'

மிஸ்டர் சர்க்கார் அப்படியே சுருங்கிப் போனார். அவர் உடம்பு முழுவதும் வேர்த்து விறுவிறுத்துப் போயிருப்பதை என்னால் உணர முடிந்தது. எனக்கும் கூட வேர்த்துப் போயிருந்தது. ஆனால் அது மூச்சுத் திணறச் செய்த உற்சாக மிகுதியால் ஏற்பட்டிருந்தது. எனக்கு பக்கத்தில் அமர்ந்திருந்த லால்மோகன் பாபுவோ ஏதோ கத்திச் சண்டையை பார்ப்பதுபோல் கண் இமைக்காமல் பார்த்துக் கொண்டிருந்தார். ஒரு வகையில் அதுவும் கூட உண்மைதான். ஏனென்றால் ஃபெலுடாவின் ஒவ்வொரு வார்த்தையும் கத்தியைப் போல்தான் வந்திறங்கியது. அது போக இன்னும் அந்த சண்டை முடியவில்லை.

ஃபெலுடா தொடர்ந்தார். 'ரூப் சந்த் சிங்தான் இவரது முதல் பலி. மிஸ்டர் சர்க்கார் சமாளிக்க வேண்டியிருந்த இரண்டாவது பிரச்சனையை எடுத்துக் கொள்வோம். அது நான் பூரியில் வந்திறங்கியதில் துவங்கியது. என்னை ஏமாற்றாமல் எதையும் செய்ய முடியாது என்பதை அவர் உணர்ந்திருந்தார். எனவேதான் பிலாஸ் மஜூம்தாராக என்னிடம் நடித்தார். இந்த முயற்சியில் துவக்கத்தில் அவர் வெற்றி பெற்றார் என்பதையும் நான்

சொல்லத்தான் வேண்டும். அது மட்டுமல்ல, தன் மீதான பழியை நினைவிழுந்து கிடக்கும் வயதான மற்றொருவரின் மீது சுமத்தவும் செய்தார். துவக்கத்தில் அடைந்த இந்த வெற்றிதான் அவரை கொஞ்சம் கவனமற்றவராக ஆக்கியது. அவரது திட்டமும் மிக மிக சுலபமானது. ஏதாவெதொரு ஒரு ஓலைச் சுவடியை அவரால் கைப்பற்ற முடிந்தது. என்றால் அதை ஹிங்கோரானிக்கு அவரால் விற்று விட முடியும். ஆனால் எந்த வகையிலும் அதன் நியாயமான உரிமையாளரிடமிருந்து அதை பெறுவது அவ்வளவு சுலபமானதாக இல்லை. ஏனென்றால் பணத்தைப் பற்றி சிறிதும் கவலைப்படாதவராக மிஸ்டர் சென் இருந்தார். புராதன ஓலைச் சுவடிகளை தனது உயிரையும் விட மேலானதாக அவர் கருதி வந்தார். அப்படியானால் பாதுகாப்பு பெட்டகத்திலிருந்துதான் அதைத் திருட வேண்டும். அதை எப்படி அவரால் செய்ய முடியும்? அது மிகவும் சுலபம். ஏனென்றால் அந்த வேலையை லக்ஷ்மண் பட்டாச்சார்யா செய்து விடுவார். ஏனென்றால் சில காலமாக அவர் அதைத்தான் செய்து கொண்டு வந்தார். முன்பெல்லாம் அவர் இதைச் செய்தபோது, அதில் கிடைக்கும் பணம் முழுவதையும் அவரே எடுத்துக் கொண்டார். ஆனால் இந்த விஷயத்தைப் பொறுத்தவரையில் ஹிங்கோரானி கொடுப்பதாகக் கூறிய பணத்தை மிஸ்டர் சர்க்காருடன் பகிர்ந்து கொள்ள அவர் ஒப்புக் கொண்டார். ஏனென்றால் அந்தத் தொகை கொஞ்சம் அதிகமான தொகைதான். என்றாலும் ஒரு நபரைப் பற்றித் தான் அவர்கள் கவலைப்பட வேண்டியிருந்தது. அதுதான் மிஸ்டர் சென்னின் செயலாளர் நிஷித் போஸ்.'

ஃபெலுடா சற்றே பேச்சை நிறுத்தினார். பின்பு அவர் மீண்டும் லக்ஷ்மண் பட்டாச்சார்யாவை நோக்கி நடந்து போய் அவரிடம் கேட்டார். 'பஜனை பாடல்களை கேட்கப் போவேன் என்று நீங்கள் சொன்னீர்கள் அல்லவா?'

எதைப் பற்றியும் கவலைப்படாதவரைப் போலத் தோற்றமளித்தார் லக்ஷ்மண் பட்டாச்சார்யா. 'ஆமாம். போனேன். ஏன்? நான் பொய் சொல்கிறேன் என்று நினைக்கிறீர்களா?'

'இல்லை. பஜனை நடப்பதைப் பற்றி நீங்கள் சொன்னது எதுவும் பொய் அல்ல, ஒவ்வொரு திங்கட்கிழமையும் அந்தக் குழு பஜனை நிகழ்ச்சியை நடத்தி வருகிறது என்பது உண்மைதான். ஆனால் நீங்கள் அங்கே போனதே இல்லை. நான் அதை விசாரித்து விட்டேன். என்றாலும் ஒரு நபர் மட்டும் தொடர்ந்து

அந்த பஜனைக்கு முறையாகச் சென்று வந்து கொண்டிருந்தார். நிஷித் போஸ் தான் அது. ஒவ்வொரு திங்கட்கிழமையும் மாலை ஐந்திலிருந்து ஆறரை மணி வரை அவர் தனது வேலையிலிருந்து விடுபட்டுப் போயிருக்கிறார். அந்த நேரத்தில் வருகின்ற விருந்தினர்களை கவனித்துக் கொள்ளும் பொறுப்பு ஒரு வேலைக்காரனிடம் கொடுக்கப்பட்டிருந்தது. அந்த வேலைக்காரன் லஞ்சம் கொடுத்து சரி கட்டப்பட்டிருந்தான். மிஸ்டர் போஸ் வீட்டை விட்டு வெளியே போனதும், ஏற்கனவே மிஸ்டர் சென் குடிக்கும் தண்ணீரில் அதிக அளவு தூக்க மாத்திரையை கலந்து அவரை உறங்கச் செய்திருந்த மிஸ்டர் பட்டாச்சார்யாவாகிய நீங்கள், ஐந்தரை மணிக்கு அவரது அறைக்குச் சென்றீர்கள். அவரது தலையணைக்கு கீழே இருந்த சாவியை எடுத்து பெட்டகத்தைத் திறந்து விலை மதிப்பிடற்கரிய ஓலைச் சுவடிகளில் ஒன்றை மிஸ்டர் சர்க்காரிடம் ஒப்படைப்பதற்காக எடுத்துக் கொண்டீர்கள். இந்த வீட்டின் வராந்தாவில் அவரை சந்திப்பதாகத்தான் உங்கள் திட்டம் இருந்தது. நீங்கள்தான் முதலில் வந்து சேர்ந்தீர்கள். உங்கள் கூட்டாளி வந்து சேருவதற்காக இங்கே சற்று நேரம் காத்திருந்தீர்கள். உங்கள் காலடித் தடங்கள், நீங்கள் பயன்படுத்திய தீக்குச்சிகள், தரையில் நீங்கள் துப்பிய வெற்றிலைப் பாக்கு சாறு ஆகிய அனைத்துமே உங்களைக் காட்டிக் கொடுத்துவிட்டது. நீங்கள் இங்கே காத்துக் கொண்டிருந்தபோதுதான் எதிர்பாராத ஒன்று நடந்துவிட்டது இல்லையா மிஸ்டர் பட்டாச்சார்யா?'

லக்ஷ்மண் பட்டாச்சார்யா இதற்கு பதிலளிக்க முயற்சிக்கவேயில்லை. உடம்பு முழுக்க உதறலெடுத்த நிலையில் இருந்தார் அவர். அந்த அறையில் இருந்த மிஸ்டர் சர்க்காரைத் தவிர மற்ற அனைவருமே அவரையே உற்றுப் பார்த்துக் கொண்டிருந்தனர். அங்கு நிலவிய இறுக்கமான சூழ்நிலையில் என் உடம்பும் இறுகிப் போவதை என்னால் உணர முடிந்தது.

ஃபெலுடா மீண்டும் பேசத் துவங்கினார். 'அன்று மாலை ஆறரை மணிக்கு ஓர் அமெரிக்கர் மிஸ்டர் சென் ஜ வந்து சந்திப்பதாக இருந்தது. எனவே வழக்கத்திற்கு மாறாக நிஷித் போஸ் ஆறு மணிக்கே வீட்டிற்கு வந்துவிட்டார். முதலாளி இன்னமும் தூங்கிக் கொண்டிருப்பதைப் பார்த்ததும் அவருக்கு சந்தேகம் எழத் துவங்கியது. அதன் பிறகுதான் அவர் பெட்டகத்தை திறந்து பார்த்து ஓலைச் சுவடி திருடு போயிருப்பதை அறிந்திருக்க வேண்டும். அந்த நேரத்தில் நீங்களும் வீட்டில் இல்லை. அது

அவரை மேலும் சந்தேகத்தில் ஆழ்த்தியிருக்க வேண்டும். எனவே அவர் வீட்டை விட்டு வெளியே வந்து மணலில் தெரிந்த உங்களது காலடித் தடங்களை பின்பற்றி புஜங்க நிவாஸுக்கு வந்திருக்கிறார். கையும் களவுமாக பிடிபட்ட நிலையில் மிஸ்டர் போஸை உடனடியாக தீர்த்துக் கட்டுவதைத் தவிர உங்களால் வேறென்ன செய்திருக்க முடியும்? அந்த நேரத்தில் உங்களிடம் வாகான ஆயுதமும் கையில் இருந்தது. எனவே அதைப் பயன்படுத்தி மிஸ்டர் போஸை கொன்றிருக்கிறீர்கள். அவரது உடலையும் மறைத்திருக்கிறீர்கள். பின்பு சாகரிகாவிற்குச் சென்று அவரது பெட்டியையும் படுக்கையையும் எடுத்து வந்திருக்கிறீர்கள். எல்லாமே நல்லபடியாக முடிந்ததாகத்தான் தோன்றிய நேரத்தில் உங்கள் கையிலிருந்த ஆயுதத்தில் ரத்தக் கறை படிந்திருப்பதைப் பார்த்துவிட்டு அதை கடலில் வீசி எறிந்து விடலாம் என்று கிளம்பியிருக்கிறீர்கள். ஆனால் கடலுக்கு போகும் வழியில் யாரை சந்தித்தீர்கள்? அது நான்தான். அதே ஆயுதத்தைக் கொண்டு என்னையும் தலையில் தாக்கிவிட்டு, பின் அதை கடலில் வீசி எறிந்து விட்டார்கள். இப்போது சொல்லுங்கள். இதில் ஏதாவது தவறு இருக்கிறதா?'

ஃபெலுடா பேசுவதை நிறுத்தினார். இதற்கு பதில் கொடுக்கும் சக்தி லக்ஷ்மண் பட்டாச்சார்யாவிற்கு இல்லவே இல்லை என்று அவருக்கு நன்றாகவே தெரியும். என்றாலும் இந்தச் சிறிய இடைவெளியே அவரது அடுத்த கேள்விக்கு பலமூட்டியது. துப்பாக்கி குண்டைப் போல பறந்து வந்தது அந்தக் கேள்வி.

'மிஸ்டர் பட்டாச்சார்யா. இவ்வளவு நடந்தபோதிலும் நீங்கள் விரும்பியதை உங்களால் அடைய முடிந்ததா?'

மௌனம்தான் நிலவியது. ஃபெலுடா தனது கேள்விக்கு தானே பதிலளித்தார். 'இல்லை. அந்த ஓலைச் சுவடி ஹிங்கோரானிக்கும் கிடைக்கவில்லை. சர்க்காருக்கும் கிடைக்கவில்லை. அதனால்தான் அதற்கடுத்து மிகுந்த விலை மதிப்புள்ள ஓலைச்சுவடியை இன்று இரவு திருட வேண்டிய கட்டாயம் உங்களுக்கு ஏற்பட்டது. இதற்கிடையே மிஸ்டர் போஸின் தாய்க்கு உடல்நலமில்லை என்ற கதையை நீங்கள் எல்லோருக்கும் சொல்லி வந்தீர்கள். அது அவர் இங்கு இல்லாததை நியாயப்படுத்தியது. என்றாலும் முதலில் திருடிய ஓலைச் சுவடியை உங்கள் கையில் வைத்திருக்க இயலாத நிலை ஏன் ஏற்பட்டது என்பதை இவர்களிடம் உங்களால் கூறமுடியுமா? முடியாது இல்லையா? நல்லது. அவர்களுக்கு நான்

சொல்கிறேன். ஏனென்றால் மிக விசித்திரமாக இந்த நிகழ்ச்சி பற்றிய விவரங்களை உங்களால் விளக்க முடியாது என்றுதான் நினைக்கிறேன். முதலில் நான்கூட ஏமாந்துதான் போனேன். மிகவும் சிக்கலான பல வழக்குகளை நான் தீர்த்து வைத்திருக்கிறேன். ஆனால் இந்த வழக்கு உண்மையிலேயே மிகவும் விசித்திரமான ஒன்றுதான். இந்தத் தாக்குதல்களில் கடுமையான ஆயுதம் பயன்படுத்தப்பட்டிருக்கிறது என்று எனக்குத் தெரியும். ஆனால் அந்த ஓலைச் சுவடிதான் அத்தகைய ஆயுதமாகப் பயன்படுத்தப்பட்டது என்று எனக்கு எப்படித் தெரியும்? ஆமாம். திருடப்பட்ட அந்த ஓலைச் சுவடி 12ஆம் நூற்றாண்டில் ப்ராக்ய பரமிதா எழுதிய ஒன்றுதான். ஒரு ஆளை அடிப்பதற்கு லக்ஷ்மண் பட்டாச்சார்யாவிடம் இருந்த ஒரே பொருள் அது மட்டும்தான் என்று எனக்கு எப்படித் தெரியும்? அதே மரக்கட்டையில் நான் தாக்கப்பட்ட போதிலும் அதை என்னால் புரிந்துகொள்ள முடியவில்லை. அந்த ஓலைச் சுவடியில் ரத்தக் கறை படிந்துவிட்டது. அதில் இருந்த ரத்தம் என் தலையிலும் ஒட்டிக் கொண்டது. எனவே அந்த ஓலைச்சுவடியை சர்க்காரிடமோ அல்லது ஹிங்கோரானியிடமோ உங்களால் தர முடியாத நிலை ஏற்பட்டு விட்டது.'

டி.ஜி. சென் தன் முகத்தை கைகளால் மூடிக் கொண்டு கதறினார். 'அய்யய்யோ! என் ஓலைச் சுவடி! எனது விலை மதிப்பு மிக்க மிகவும் அரிதான…'

ஃபெலுடா அவரை நோக்கித் திரும்பிச் சொன்னார். 'மிஸ்டர் சென். கொஞ்சம் காது கொடுத்துக் கேளுங்கள். தனக்குக் கொடுக்கும் எதையுமே கடல் ஏற்றுக் கொள்வதில்லை என்று உங்களுக்குத் தெரியுமா? இன்னும் சொல்லப் போனால் இவ்வாறு அர்ப்பணிக்கப்படும் பொருளை அது உடனடியாக திருப்பி அனுப்பி விடும் என்று தெரியுமா?'

மேஜிக் செய்யும் நிபுணரை போல் ஃபெலுடா தனது தோள் பைக்குள் கையை விட்டு சிவப்பு பட்டுத் துணியால் சுற்றப்பட்ட ஒரு ஓலைச் சுவடியை வெளியே எடுத்தார்.

'இதோ உங்கள் அஷ்டதச சஹஸ்ரிகா ப்ராக்ய பரமிதா. மேலே சுற்றப்பட்ட பட்டுத் துணிக்கு ஒன்றும் ஆகவில்லை. மரக்கட்டைகள் வேண்டுமானால் ஒரு வேளை சேதமடைந் திருக்கலாம். ஆனால் கையெழுத்துப் பிரதி கிட்டத்தட்ட எந்தவித சேதமும் இன்றித்தான் இருக்கிறது. துணி, மரக்கட்டை என்ற

பாதுகாப்பு கவசம் இருந்ததால் தண்ணீர் அதிகமாக உள்ளே புகவில்லை.'

'ஆனால்... ஆனால்... அது உங்களுக்கு எங்கிருந்து கிடைத்தது ஃபெலுபாடு?' என்று திணறியபடியே கேட்டார் லால்மோகன் பாபு.

அதற்கு ஃபெலுடா பதிலளித்தார். 'அந்த சிவப்பு பட்டுத் துணியை இன்று காலையில் கூட நீங்கள் பார்த்தீர்கள். அந்த ரமாய் என்னும் மீனவச் சிறுவன் அதை தன் தலையில் சுற்றிக் கொண்டிருந்தான். அதுதான் என்னை யோசிக்க வைத்துது. அதன் பிறகுதான் நான் மீனவ காலனிக்கு சென்று அதை மீட்டெடுத்தேன். கடல் நீரை ஒட்டிய மணல் பகுதியில் அந்த ஓலைச்சுவடி புதைந்து கிடப்பதை ரமாய் பார்த்திருக்கிறான். அதை சுற்றியிருந்த சிவப்பு பட்டுத் துணியை மட்டும் அவன் எடுத்துக் கொண்டு, ஓலைச் சுவடியை பத்திரமாக அவன் வீட்டிலேயே வைத்திருக்கிறான். அதைத் திரும்பப் பெறுவதற்கு நான் பத்து ரூபாய் கொடுக்க வேண்டியதாயிற்று. மிஸ்டர் மஹாபாத்ரா! சர்க்காரின் மணி பர்ஸிலிருந்து எனக்கு பத்து ரூபாய் எடுத்துக் கொடுக்கிறீர்களா?'

மிஸ்டர் செ‌ன்னின் மொட்டை மாடியிலிருந்து பார்த்தால் கடல் இவ்வளவு பிரம்மாண்டமாக காட்சியளிக்கும் என்று நான் எண்ணவே இல்லை. மொட்டை மாடியின் ஓரத்தில் இருந்த இரும்புக் கிராதியை பற்றியபடி அந்த கண்கொள்ளாக் காட்சியை கண்களால் பருகிக் கொண்டிருந்தேன்.

நேற்றிரவு அந்த இரண்டு குற்றவாளிகளையும் அழைத்துக் கொண்டு போலீஸ் கிளம்பிய பிறகு, காலை காபியை அருந்துவதற்காக எங்களை அழைத்திருந்தார் மிஸ்டர் செ‌ன். நிஷித் போஸ் இறந்ததாலும், லஞ்சம் வாங்கிய அந்த வேலைக்காரன் ஓடிப் போய் விட்டதாலும் மஹீம் சென்தான் அன்று இரவை தந்தையுடன் கழித்தார். இதைக் கேள்விப்பட்டதும் ஃபெலுடா எங்களது ஓட்டல் மேனேஜர் ஷ்யாம்லால் பாரிக் உடன் பேசி ஒரு புதிய வேலைக்காரனை ஏற்பாடு செய்தார். அந்த வீட்டு சமையல்காரர்தான் எங்களுக்கான காபியை மொட்டை மாடிக்கு எடுத்து வந்தார்.

இதற்குள்ளேயே மிஸ்டர் சென் ஃபெலுடாவிடம் ஒரு காசோலையை கொடுத்தார். அதில் எழுதப்பட்டிருந்த தொகையோ ஃபெலுடா பூரிக்கு வருவதற்கு முன்னால் வெறுமனே வேலையின்றிக்

கழித்த பல வாரங்களையும் ஈடுகட்டும் அளவிற்கு மிகப் பெரியதாக இருந்தது. முதலில் ்ஃபெலுடா அதை வாங்க மறுத்தார். ஆனால் மிஸ்டர் சென் தொடர்ந்து வற்புறுத்தத் துவங்கிய பிறகு அவர் அதை ஏற்றுக் கொள்ள வேண்டியதாயிற்று. அதற்கு பின்பு லால் மோகன் பாபு ்ஃபெலுடாவிடம் சொன்னார். '்ஃபெலு பாபு! நீங்கள் மட்டும் அந்த காசோலையை வாங்காமல் இருந்திருந்தால், என் கையிலுள்ள ஆயுதத்தாலேயே உங்களை நன்றாகச் சாத்தியிருப்பேன். உங்களது சேவைக்கான தொகையை கொடுக்கும்போது நீங்கள் ஏன் இவ்வளவு எளிமையாக, பெருந்தன்மையுடன் நடந்து கொள்கிறீர்கள்? உங்களது இந்த நடத்தை எனக்கு மிகவும் எரிச்சலூட்டுகிறது!'

காபியை உறிஞ்சிக் கொண்டே ்ஃபெலுடா சொன்னார். 'என்னை மிகவும் குழப்பிய ஒரு விஷயம் என்னவென்று தெரியுமா? அது உங்களது கால் எலும்பு சுருக்கி நோய்தான் மிஸ்டர் சென்!'

அவர் புருவத்தை உயர்த்தியவாறே கேட்டார். 'ஏன்? அதில் குழப்பமடைவதற்கு என்ன இருக்கிறது? வயதான ஒரு மனிதனுக்கு அந்த நோய் வரக் கூடாதா என்ன?'

'ஆமாம். ஆனால் நீங்கள் கடற்கரையில் நீண்ட தூரம் நடந்துவிட்டு வருகிறீர்கள். இல்லையா? மணலில் உங்களது காலடித் தடங்களைப் பாத்தேன். என்றாலும் ஒரு முட்டாளைப் போல அந்த காலடித் தடம் மஜும்தாருடையது; இல்லையில்லை சர்க்காருடையது என்றுதான் நினைத்துக் கொண்டிருந்தேன். ஆனால் நேற்றுதான் அது நீங்கள் என்பதை உணர்ந்து கொண்டேன்.'

'அதிலிருந்து என்ன தெரிகிறது? அந்த நோய் மிகுந்த வலியை ஏற்படுத்தும் என்பது உண்மைதான். என்றாலும் அந்த வலியும் கூட சில நேரங்களில் குறைந்துவிடும் என்பதும் உங்களுக்குத் தெரிந்ததுதானே?'

'வலி குறையும் என்று எனக்கும் நிச்சயமாகத் தெரியும். ஆனால் உங்களது காலடித் தடங்களோ எனக்கு வேறொரு கதையை சொல்கின்றன மிஸ்டர் சென். நேற்று இரவு இந்த விஷயத்தை நான் கிளப்பவில்லை. ஏனென்றால் இதை ரகசியமாக வைத்துக் கொள்ள விரும்புகிறீர்கள் என்றுதான் நான் நினைத்தேன். பிரச்சனை என்னவென்றால் என்னைப் போன்ற துப்பறியும் நிபுணர்களிடமிருந்து ரகசியங்களை மறைத்து வைப்பது என்பது

எல்லா நேரத்திலும் முடியாத ஒன்றாகும். நீங்கள் பயன்படுத்தும் அந்தக் கைத்தடியும் கூட கொஞ்சம் விசேஷமானதுதான். இல்லையா? அதுபோக உங்களது இரண்டு காலணிகளின் அளவும்கூட ஒரே அளவாக இல்லை. அதையும்கூட நான் கவனித்தேன்.'

மிஸ்டர் சென் அமைதியாக பதிலேதும் பேசாமல் அமர்ந்து பெலுடாவையே உற்றுப் பார்த்துக் கொண்டிருந்தார். பிலால் மஜூம்தாருக்கு ஏற்பட்ட விபத்தைப் பற்றி காத்மாண்டுவில் இருக்கும் வீர் மருத்துவமனை உறுதிப்படுத்தியது. இதேபோன்ற காயங்களுடன் வேறு யாரும் அந்த மருத்துவமனைக்கு எடுத்து வரப்படவில்லை என்றும் தெரிந்தது. அதன் பிறகுதான் எனது வழிகாட்டி நூலை புரட்டியபோது காத்மாண்டுவிற்கு அருகே உள்ள படான் என்ற இடத்தில் சாந்தா பவன் என்ற மருத்துவமனை இருப்பதை அறிந்து கொண்டேன். நான் அவர்களுக்கு போன் செய்தபோதுதான் கடந்த ஆண்டு அக்டோபரில் அதே போன்ற கடுமையான காயங்களுடன் துர்க்கா காதி சென் என்பவர் எடுத்து வரப்பட்டார் என்றும் ஜனவரி முற்பகுதி வரை அவர் அங்கேதான் இருந்தார் என்றும் என்னிடம் கூறினார்கள். அந்த காயங்கள் பற்றிய விவரங்களையும் கூட அவர்கள் என்னிடம் கூறினார்கள்.'

மிஸ்டர் சென்னின் முகத்தில் அதுவரை தென்பட்ட உணர்வு லேசாக மாறியது. சற்று நேர இடைவெளிக்குப் பிறகு நீண்ட பெருமூச்சொன்றை விட்டு விட்டு அவர் சொன்னார். 'என்ன நடந்தது என்பது யாருக்கும் தெரியக் கூடாது என்று நான் விரும்பினேன் என்று நிஷித்திற்கு தெரியும். காலையில் என்னைப் பார்க்க யாராவது விருந்தினர்கள் வருவதாக இருந்தால் அவர்தான் எனது காலை சுத்தம் செய்து புதிதாக பேண்டேஜ் போட்டு விடுவார். வருபவர்களிடம் எனக்கு காலில் எலும்புப் பிடிப்பு இருக்கிறது என்றும் சொல்லி விடுவது வழக்கம். இன்று அந்த வேலையை எனது மகன் மஹீம்தான் செய்தான். நிச்சயமாக இந்த விஷயம் வெளியாவதை நான் விரும்பவில்லை மிஸ்டர் மித்தர்! எனக்கு ஏற்பட்ட விபத்து என்பது புராதனமான, மதிப்பிடற்கரிய ஓலைச் சுவடி ஒன்றை நான் இழந்ததைவிட குறைவானது அல்ல. என்றாலும் ஏற்கனவே நீங்கள் உண்மையை ஊகித்து விட்ட நிலையில்...'

மிஸ்டர் சென் தனது பேண்ட் ஐ லேசாக உயர்த்தி இடது காலை எங்களுக்கு காட்டினார்.

அவரது காலில் போடப்பட்டிருந்த பேண்டேஜ் துணி கணுக்காலுக்கு சற்று மேல் பகுதியோடு நின்று போயிருந்தது கண்டு நான வியப்பில் ஆழ்ந்தேன். அதற்கும் மேலே மரத்தாலும், பிளாஸ்டிக்-ஆல் செய்யப்பட்ட ஒரு செயற்கைக் கால்தான் தென்பட்டது.